# छत्रपती शिवाजी महाराज
## व्यक्तिचित्र संशोधन

भास्कर हांडे

सकाळ प्रकाशन

सकाळ प्रकाशन

**छत्रपती शिवाजी महाराज : व्यक्तिचित्र संशोधन**



**Chhatrapati Shivaji Maharaj : Vyaktichitra Sanshodhan**




| | | |
|---|---|---|
| प्रथम आवृत्ती | : | जानेवारी, २०२५ |
| प्रकाशक | : | सकाळ मीडिया प्रा. लि.<br>५९५, बुधवार पेठ, पुणे ४११ ००२ |
| मुखपृष्ठ | : | भास्कर एकनाथ हांडे |
| मांडणी | : | सकाळ प्रकाशन |
| मुद्रणस्थळ | : | विकास प्रिंटिंग अँण्ड कॅरिअर्स प्रा. लि.<br>प्लॉट नं. ३२, एमआयडीसी, सातपूर, नाशिक |
| ISBN | : | 978-93-48048-71-4 |
| संपर्क | : | ०२०-२४४० ५६७८ / ८८८८८ ४९०५०<br>sakalprakashan@esakal.com |

अखंड
मराठी
अस्मितेला
अर्पण

# मनोगत

वर्ष १९९६ होते; 'तुझे रूप माझे देणे' प्रदर्शन मी भारतात आयोजित केले होते. प्रदर्शनासाठी दौरा सुरू होता. जगद्गुरू संत तुकाराम महाराज यांच्या गाथेतून स्फुरलेले निवडक अभंग हा आशय संपन्न विषय घेऊन चित्र, शिल्प आणि मुद्राचित्र मालिका यांचा समावेश असलेल्या कलाकृतींचे प्रदर्शन, डच सरकारच्या सहकार्याने भारतात मुंबई-पुणे-गोवा येथे आयोजित केले होते. नेदरलँड्स हा देश छत्रपती शिवाजी महाराज यांच्या लघुचित्रामुळे अनेक इतिहास संशोधकांना ज्ञात आहे. त्याबाबत प्रदर्शनात विचारणा झाली होती. माझा विषय संत काव्यातील चित्रमयता आणि खास करून तुकोबांच्या अभंगातील आशय हा होता. छत्रपती शिवाजी महाराज हा नव्हता.

आज 'नेदरलँड्स' म्हणून ओळखला जातो, त्या हॉलंड देशात माझे वास्तव्य असल्यामुळे प्रदर्शनास भेट देणाऱ्या चित्रकार मित्रांकडून नकळत छत्रपती शिवाजी महाराज यांच्या व्यक्तिचित्राचा विषय निघायचा. त्याची विचारणा वेगवेगळ्या व्यक्तींकडून होत होती. तो विषय सतत कोणत्या ना कोणत्या कारणाने समोर येत राहिला. कलाप्रांतात १९८० आणि १९९०च्या दशकात कम्प्युटर आणि माहिती तंत्रज्ञानामुळे आमूलाग्र बदल होत होते. एकविसावे शतक उंबरठ्यावर होते. युरोप आर्थिक, सामाजिक व राजकीय दृष्टिकोनातून एकत्र येत होता. संपूर्ण जग १९९२च्या मुक्त-व्यापार धोरणामुळे एकवटले होते. भारत देश इतर देशांच्या बाजारपेठेत सामील झाला होता. ज्या छत्रपतींच्या कार्याने मध्ययुगीन जागतिक इतिहासात बदल घडवले, त्यांचा इतिहास नेदरलँड्ससारख्या अभ्यासू व चिकित्सक देशाच्या संग्रहालयात दडला आहे, तो शोधणे हे जिकरीचे काम मनाला शांत बसू देत नव्हते.

त्यात २००२नंतर युरोपात भारतातील माहिती-तंत्रज्ञानातील नवशिक्षित पिढी दाखल झाली. त्यांचे विषय आणि होतकरू वृत्ती आमच्यासारख्या युरोपिअन प्रस्थापितांना प्रश्न विचारून सतावू लागली होती. 'संस्कृती' हा त्यांचा प्रांत नव्हता. परंतु त्यांना उत्सुकता होती. त्यांचा छंद होता.

१९९०च्या दशकात भारतीय चित्रांच्या किमती लिलावात कोटीचा आकडा पार करून गेल्या होत्या. एकविसाव्या शतकाचे पाहिले दशक भारतीय कलाकृतींना सन्मान व आर्थिक लाभ देणारे ठरले. परंतु दशकाच्या शेवटी ते अनर्थावह ठरले. या पार्श्वभूमीने

कलाजगत अस्थिर झाले होते. डिजिटल जगाने त्यावर कुरघोडी केली होती. मी कलेचा मार्ग निवडला. महाराष्ट्र प्रांत, त्याची मराठी भाषा आणि त्या संस्कृतीचे वैश्विक भान मला जागतिक अभ्यासासाठी प्रेरित करत राहिले.

माझा छत्रपती शिवाजी महाराज यांच्या लघुचित्राचा शोध युरोपच्या संग्रहालयातून सुरू झाला. त्या क्रमाने या पुस्तकात मांडणी केली आहे. प्रथम ब्रिटिश लायब्ररीतील लघुचित्र विचारात घेऊन, मग हॉलंडमधील इतिहास ज्यात लिहिला; ती पुस्तके शोधली. त्यातील मजकूर वाचला. तो भाषांतरित केला मग शोध घेण्याच्या कामाला गती मिळाली.

हॉलंडमधील 'रॉयल नॅशनल लायब्ररी'त संपूर्ण पुस्तकाची निर्मिती आणि प्रक्रिया समजून घेतली. आशियातील मोगल साम्राज्याचा तो पहिला लिखित इतिहास आहे. तो सर्व अंगाने परिपूर्ण आहे. त्रयस्थ पद्धतीने हा इतिहास लिहिला असल्याचे जाणवले. भारतात व्यापारासाठी डच प्रथम पोहोचले होते. दक्षिण भारतात कोरोमंडल किनाऱ्यावरील डचांची पहिली वखार, नंतर कोकण किनारपट्टीवर दुसरी वखार आणि सुरत बंदरातून त्यांच्या जहाजांची ये-जा सोळाव्या शतकात सुरू झाली. त्यामुळे फ्रान्सिस्कस व्हॅलेन्टाईन (Franciscus Valentine)ने लिहिलेला मोगल साम्राज्याचा इतिहास हा इंडोनेशिया, मलेशिया, हिंदुस्थान (भारत) असा मध्य आशियामधील सविस्तर सहा भागांत आहे.

१९३३मध्ये वा. सी. बेंद्रे यांनी घेतलेला छत्रपती शिवाजी महाराजांच्या व्यक्तिचित्राचा शोध अपुरा वाटला, हे त्याचे दुसरे कारण आहे. ब्रिटिश लायब्ररी स्थापन होऊन काही काळ लोटला होता. त्यातील २६ लघुचित्रे असलेला भारतीय राजपुत्रांचा अल्बम व त्यातील छत्रपती शिवाजी महाराज यांचे लघुव्यक्तिचित्र डिजिटल मीडिया अस्तित्वात आल्यावर सर्व जगभर प्रथम नवशिक्षितांच्या परिचयाचे झाले.

यथावकाश 'विकिपीडिया' व 'गुगल' यांवर त्याचे प्रसारण झाले. मात्र भारतातील छत्रपती शिवाजी महाराज वस्तुसंग्रहालय, मुंबई व सालारजंग वस्तुसंग्रहालय, हैदराबाद संग्रहालयातील चित्र यांच्या वेबसाईट व्यतिरिक्त दुसरीकडे कोठेही ते उपलब्ध नाही, असे जाणवले. याव्यतिरिक्त लघुचित्रांचे संग्राहक महत्त्वाचे आहेत. कारण ते ज्या पार्श्वभूमीत काम करत होते, ते पाहता हे काम खूपच कठीण होते. संस्कृती जपून ठेवणाऱ्या व्यक्तीचे वैशिष्ट्य काय व कसे असते, हे पाहणेही महत्त्वाचे असते. मध्ययुगात व्यक्तिनिहाय राजकारण व धोरणे बदलताना दिसतात. त्याचे उदाहरण सुफी समशी आणि सुफी सरहिंद या व्यक्तींवरून लक्षात येते. संस्कृतीवर अशा लोकांचा

पगडा अधिक असतो, असे निष्कर्ष संशोधकांनी सांगितले आहेत. संशोधकांची आणि संग्राहकांची सांस्कृतिक भान असलेली विचासरणी इतिहास संशोधकांनी दृष्टीस आणून देणे हे महत्त्वाचे आहे.

एका छत्रपती राजाचे व्यक्तिचित्रण चार शतके ज्ञात नसणे, जरा निराशाजनक वाटते. ही गोष्ट तशी गांभीर्याने घ्यायला हवी, पण ती घेतली जात नाही. महाराष्ट्र राज्यात आजमितीला किती विद्यापीठे आहेत; याची गणना केली तर किती विद्यापीठे यामध्ये पुढाकार घेऊन याबाबत काम करतात याचा ऊहापोह करणे जरुरीचे आहे.

संपूर्ण महाराष्ट्रातील राजकारण छत्रपती शिवाजी महाराजांच्या भोवती फिरते आहे. भारतीय राजकारणात ही त्याचा फायदा घेतला जातो. परंतु छत्रपतींची व्यक्तिचित्रे एकत्रित प्रदर्शित करण्याचे श्रेय कोणत्याही संग्रहालयाकडे जात नाही, असो!

माझ्या चित्र व शिल्पकलेच्या प्रावीण्यामुळे मला दिसलेले लघुचित्रांतील फरक व साम्य मी स्पष्ट केले आहेत. ते करताना माझा एकूण अभ्यास सत्कारणी लागला, असे मी समजतो. छत्रपती शिवाजी महाराजांचे व्यक्तिचित्र हा विषय मराठी जनांच्या जिव्हाळ्याचा असला तरी व्यक्तिचित्र कलेबाबत अज्ञान असू नये असे मला वाटते.

आधुनिक युगात सोशल मीडियाचे प्रभुत्व असलेल्या प्रांतात आपला चेहरा हरवून बसलेल्या माणसांना कोणता संदेश जायला हवा? हे जाणकारांनी स्वतःच ओळखावे. मराठी संस्कृतीची अस्मिता जपून ठेवणे, हे प्रत्येक मराठी माणसाचे कर्तव्य आहे; या भावनेतून हे संशोधनाचे कार्य पूर्णत्वास नेले आहे. यात अनेकबाबतीत अडथळे आले. त्यास सामोरा जात राहिलो.

या विषयाचा शोध घेताना एक लघुचित्र पाहावयास मिळाले, ते 'शंभुजी' या नावाने आहे, ते छत्रपती शिवाजी महाराजांचे थोरलेबंधू आहेत की पुत्र संभाजी राजे आहेत, हे सांगणे प्रश्नचिन्ह बनून राहिले आहे. नावावरून ते बंधू असावेत असा निष्कर्ष मी मांडला आहे. तो कुठवर टिकाव धरतो हे भविष्यात ठरेल.

शंभर वर्षांपूर्वी वा. सी. बेंद्रे यांनी छत्रपती संभाजी महाराजांचे चरित्र लिहिताना छत्रपती शिवाजी महाराजांच्या व्यक्तिचित्राचा शोध लागला. आणि मला शिवाजी महाराज यांच्या व्यक्तिचित्राचा शोध घेताना संभाजी व शंभुजी यांच्या चित्राचा शोध लागला; हा योगायोग तर नसावा!

**- भास्कर हांडे**

# अनुक्रमणिका

# छत्रपती शिवाजी महाराज व्यक्तिचित्र ब्रिटिश लायब्ररी १९७३

सोळाव्या शतकात भारतात 'मिनिएचर' चित्रकला, लघुचित्रकला उत्तमरितीने जोपासली जात होती. याचा प्रत्यय युरोपात वास्तव्य केल्यामुळे हळूहळू येऊ लागला आणि जवळून बघायलाही मिळाला. वसाहती काळात (कोलोनियल) भारतातील अनेक राजेरजवाड्यांच्या संग्रहातील चित्रांची वा शिल्पांची खरेदी-विक्री झाली. सरकारी खजिन्यात अशा चित्र-शिल्पांची भर पडली आणि तो खजिना राजदरबारी म्हणजेच लंडनस्थित दरबारी पोहोचला. तो सरळ मार्गाने आला काय किंवा चोरवाटेने पोहोचला काय, परंतु आज त्यांच्या दरबारातील संग्रहात महत्त्वाचे स्थान पटकावलेले हे नमुने आहेत. अशाच संग्रहांपैकी एका संग्रहामधील शिवाजी महाराजांचे चित्र ब्रिटिश म्युझियममध्ये आहे. त्या चित्राचा आकार लहान आहे. ते चित्र सर्वमान्य आहे, यात काही शंका घेण्यासारखी स्थिती नाही.

चित्राची माहिती कशी द्यावी, याचा ब्रिटिश म्युझियमने केलेली नोंद हा आदर्श नमुना आहे. त्यामुळे त्याचे भाषांतर पुढे देत आहे.

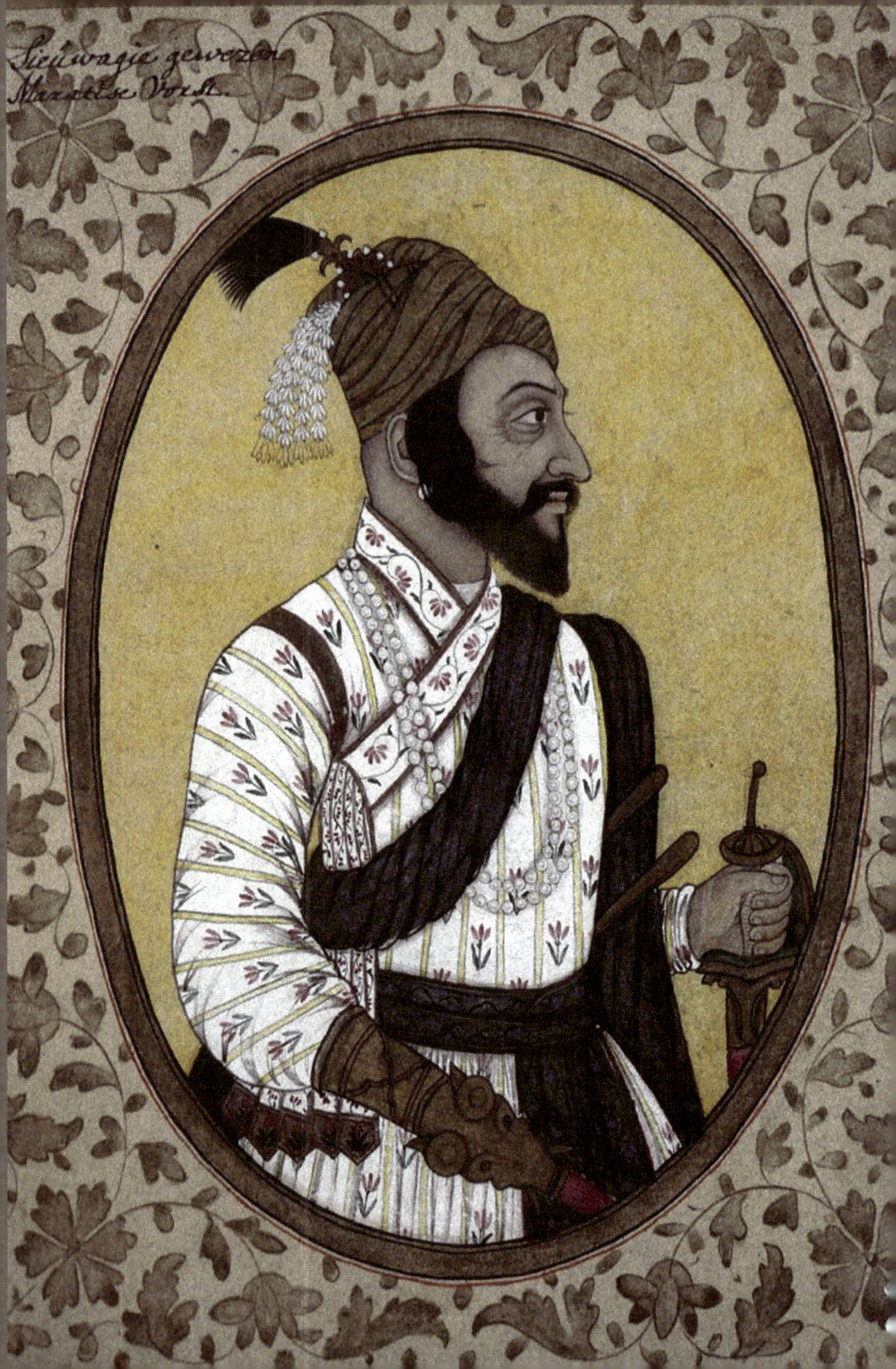
Siuwagie gewezen
Maratise Vorst.

**चित्राचा प्रकार :** कागदावर जलरंगात रंगवलेले, प्रस्तावित तैलचित्राचे रेखाटन म्हणून स्वीकारलेले, याला विभाग चित्र म्हणून न संबोधता, तो विभाग रेखाटन किंवा रंगवलेल्या मुद्राचित्रात समाविष्ट करणे अधिक योग्य ठरेल.

**संग्रहालय क्र.** : 1974.0617.0.11.12

**नाव** : भारतीय राजपुत्रांची व्यक्तिचित्रे
(Portraits of INDIEN PRINCES)

**वर्णन** : शिवाजीचे व्यक्तिचित्र.
कागदांच्या लिफाफ्यामध्ये भारतीय राजांची २६ व्यक्तिचित्रे.

कागदावर शाई, अपारदर्शक जलरंग आणि सोनेरी पावडरने चित्र रंगवले आहे. लिफाफा लाल रंगाच्या चामड्याने बांधलेला आहे. आतील दोन्ही बाजूस स्टॅम्प केलेला व मध्यभागी मोठ्या पदकाने मुद्रित केलेला आहे. दोन्ही पुठ्ठे आतील बाजूस सोनेरी पानांनी रंगवलेले आहेत, जेणेकरून ते एका मार्बलसारखे दिसावेत.

**संस्कृती** : मोगलशाही

**अंदाजे काळ** : १६८० ते १६८७
**निर्मिती स्थळ** : दख्खन भारत
**शोधण्याचे ठिकाण** : भारतीय राजांची व्यक्तिचित्रे
**चित्रप्रकार** : जलरंग चित्र; गोवळकोंड्यात मिळाले.
साहित्य : तांबे, चांदी आणि प्लॅटिनमसह बनवलेले सोने याला 'कोलंबियन सोने' म्हटले जाते. विस्तृतरित्या साहित्य श्रेणीमध्ये वर्णन करण्यासाठी वा लिहिण्यासाठी वापरले जाते. तेच रंग म्हणूनही वापरले जाते. त्याच सोनेरी रंगाने कागदावरील नक्षीकाम केलेले आहे.

## कौशल्य

सर्व तैलचित्रांना किंवा भित्तिचित्रांना 'फ्रेस्को' (fresco) या प्रकारात समाविष्ट केले जाते. त्यात सिल्क आणि कागदावरील चित्र काढण्यात आशियातील शाळा प्रसिद्ध आहेत. पाश्चिमात्य देशांमध्ये रेखाटने हा प्रकार कागदावर चित्र काढणे; असा समजला जातो वा पाहिला जातो. त्यात जलरंगही समाविष्ट आहेत. हीच संज्ञा सिरॅमिकमध्येही तशीच संबोधली जाते.

उदाहरणार्थ, वस्तू मिनाकारी पद्धतीने रंगवली आहे किंवा सुशोभित केली आहे. ग्रीक आणि रोम संस्कृतीमध्ये सिरॅमिकसाठी 'चितारणे' ही संज्ञा सुशोभित म्हणून स्वीकारली आहे. चित्र-रंगलेपन ही रचना साधारणतः निष्काळजीपणे केलेली चूक असे म्हणणे योग्य नाही. ते जाणीवपूर्वक रंगवणे असे आहे. क्रियेशी एकसंघ झाल्यावर चित्र काढणे, चित्र रंगवणे, चित्र वठवणे, चित्र रेखाटणे, चित्र जुळवणे, चित्र रेखांकित करणे, चित्र मुद्रित करणे, चित्राची नक्कल करणे; अशा अनेक संज्ञांचे कौशल्य रंग बदलण्यासारखे गणती करण्यापलीकडचे होऊन जाते. इथे 'चितारणे' हे क्रियापद रेखाटनासाठी योग्य आहे. 'रंगलेपन' हा एक विभाग आहे. इंग्लिशमध्ये PAINT हा शब्द वेगवेगळ्या स्थितींमध्ये एकत्रित वापरला जातो. मराठीत त्याला अनेक क्रियापदे उपलब्ध आहेत.

## परिमाणे

उंची : १४.७ सें.मी. लहान

रुंदी : ७ सें.मी. लहान

लांबी : १७.३ सें.मी. मोठे

रुंदी : ८.२ सें.मी. मोठे

अल्बम : लांबी : १९.१ सें.मी.

रुंदी : १०.७ सें.मी.

लेख प्रकार : अभिलेख

अभिलेख अक्षरे : लॅटिन

अक्षर-स्थिती : वर डावीकडे, सुशोभित पृष्ठभाग

अभिलेख भाषा : जर्मन, डच

अभिलेख मजकूर : पूर्वीच्या काळातील शिवाजी

(Sievagi Gewesen Merahta Vorst)

अभिलेख भाषांतर : इंग्लिश

शिवाजी मराठा राजपुत्र होता? (Was Sievagi A Maratha Prince?)

अभिलेख नोंद : मत, अभिलेख दर्शित करतो, कदाचित ओळखतो; शिवाजी होता.

मराठा राज्य : संस्थापक शिवाजी

अभिलेख नोंद : प्रकार खूण
अभिलेख नोंद : जागा; अल्बम वा लिफाफ्याच्या पाठीमागे
अभिलेख नोंद : भाषा इंग्लिश
अभिलेख नोंद : मजकूर, भारतीय राजांची व्यक्तिचित्रे 22.282
काळजी घेणाऱ्याच्या नोंदी : पाहा 974.0617.0.11.1-26 सर्व लिफाफ्यासाठी या अल्बमसहित. संदर्भ ग्रंथांची यादी
Robinson F 2007a. P. 164. 2007 a. p. 164

**प्रदर्शनाचा इतिहास**
प्रदर्शित : ब्रिटिश म्युझियम (BRITISH MUSEUM)
(२४ ऑक्टोबर २०१३ ते २७ एप्रिल २०१४)
WISE MEN FROM THE EAST
ZOROSTRIAN TRADITIONS IN PERSIA AND BEYOND
(1974.0617.11.1)
प्रदर्शित : Displayed, १० ऑक्टोबर २००९ ते १७ जानेवारी २०१०
V and A
शीर्षक : The Splendor of India's Royal Courts

**संबंधित नावे** :
वर्णन : शिवाजी, पुरुष, भारतीय, लष्कर / नौदल - १६३०-१६६४
राजवटीच्या तारखा : Reign dates - १६६४-१६८०
शिवाजी, प्रसिद्ध जनरल / सेनापती, संस्थापक मराठा साम्राज्य
स्थळ : पश्चिम भारत, १६७४, मोगल साम्राज्याचा एक भाग मराठा साम्राज्याला जोडला.

संपादित केलेले नाव व ठिकाण :
ब्रिटिश ग्रंथालय : ब्रिटिश लायब्ररी, १९७३पासून
BRITISH LIBRARY (INSTITUTION / ORGANIZATION)
स्थळ : 96, ईस्टर्न रोड, लंडन NWI 2DB
ब्रिटिश लायब्ररी १९७३ला अस्तित्वात आली. तीन संस्थाचे एकत्रीकरण करून हे ग्रंथालय स्थापित झाले.
संस्था : 'नॅशनल लेंडिंग लायब्ररी' आणि 'बोस्टन स्पा' यात होती. तीन वस्तुसंग्रहालयांची ग्रंथालये यात समाविष्ट केली.
'ब्रिटिश म्युझियम लायब्ररी डिपार्टमेंट', 'द डिपार्टमेंट ऑफ प्रिंटेड बुक्स', 'डिपार्टमेंट ऑफ मॅन्युस्क्रिप्ट आणि 'डिपार्टमेंट ऑफ ओरिएंटल मॅन्युस्क्रिप्ट अँड प्रिंटेड बुक्स' ('द मॅप लायब्ररी' व 'द म्युझिक लायब्ररी', पहिल्या सबसेक्शनमध्ये होती.).
ब्रिटिश लायब्ररी टायटल / नाव ब्रिटिश म्युझियममधील कॅटलॉगमध्ये वापरलेल्या नोंदी म्युझियम लायब्ररीतील नोंदीसाठी वापरलेल्या आहेत; विभागवार रचना झालेली आहे. पण वस्तू अगदी ब्रिटिश लायब्ररीच्या अगोदरपासूनच्या वस्तू, पुस्तके, हस्तलिखिते (मॅन्युस्क्रिप्ट) इत्यादीअजूनही 'ब्रिटिश म्युझियम'च्या ताब्यात आहेत.

कालगणनाशास्त्र :
१७५३ : ब्रिटिश म्युझियममध्ये मुद्रित पुस्तकांचा विभाग स्थापन झाला.
१८५५ : पेटंट ऑफिस लायब्ररी स्थापन
१८५७ : वाचन-खोली अस्तित्वात आली.
१९७२ : ब्रिटिश लायब्ररी कायदा
१९७३ : ब्रिटिश लायब्ररी स्थापना
१९७४ : 'ब्रिटिश नॅशनल बिब्लिऑग्राफी' आणि 'द ऑफिस ऑफ सायंटिफिक अँड टेक्निकल इन्फॉर्मेशन' यांमध्ये सामील केले.
१९८२ : 'इंडिया ऑफिस लायब्ररी', 'रेकॉर्डस ट्रान्सफर फॉरेन' आणि 'कॉमनवेल्थ ऑफिस' हे जोडले गेले.
१९९८ : ब्रिटिश लायब्ररी युस्टन रोडला सुरू केली.
https://www.bl.uk./abouthistory.com

ಌಌ

# व्यक्तिचित्रांचे संशोधन

'द हेग' येथील Koninklijke Bibliotheek (किंवा KB) म्हणजे 'रॉयल लायब्ररी'मध्ये २००४मध्ये शिवाजी महाराजांच्या चित्रासंबंधित माहिती मिळवण्यासाठी मी गेलो होतो. शिवाजी महाराजांच्या व्यक्तिचित्राबद्दल बऱ्याच दंतकथा गेल्या तीन-चार दशकांत जन्माला आल्या आहेत. त्यातील डच चित्रकाराची कथा अधिकच रंजक आहे. त्याचा प्रत्यय मलाही आला. त्या कथेच्या दोन्ही बाजू तपासून पाहाव्या, म्हणून प्रथमतः मी एक मराठी माणूस म्हणून विचार करू लागलो. 'नक्की काय वस्तुस्थिती असेल या चित्रकाराची किंवा चित्राची?'

डच चित्रकार आणि शिवाजी महाराजांचे चित्र याची माहिती मला सर्वप्रथम २००२मधील पन्हाळा-कोल्हापूर भेटीत ऐकायला मिळाली होती. कोल्हापुरातला संजय तडसरकर हा शिल्पकार मित्र आणि त्याच्या इतर मित्रांसोबत पन्हाळा-जोतिबाची सहल ठरली. प्रथम जोतिबाचे दर्शन घेतले; नंतर पन्हाळगडावर गेलो. पन्हाळा खरोखरच देखणा किल्ला; त्याची प्रतिमा माझ्या डोळ्यांमध्ये कोरली गेली. जडणघडण, तीही दगडांमधील; दगडांची घडण आणि ठेवणही अगदी अनोखी!

अशी उदाहरणे महाराष्ट्रात अनेक ठिकाणी पाहावयास मिळतात. पंढरपूरच्या विठ्ठलाच्या पाषाणातील मूर्तीपासून ते किल्ल्यांवरील मनोरे, खिंडीतील मचाणे आणि शिवकालीन मंदिरांची मांडणीही महाराष्ट्रात सर्वत्र याच धाटणीची आहे. कराडमध्ये कृष्णा-कोयनेच्या संगमानजीक तर पाण्यात बुडालेल्या पायऱ्याही दृष्टीस पडतात. खेड (राजगुरूनगर) येथे दिलेरखानाच्या कबरीभोवती बांधलेली भिंत आजही दगडांच्या रचनांचा उत्तम नमुना आहे; ही रचना दक्षिण अमेरिकेतील 'माया' संस्कृतीतील दगडी रचनेशी साधर्म्य सांगणारी वाटते. हे साम्य का? कसे? याची उत्तरे मिळत नाहीत. पण हा शतकांचा दर्शनी पुरावा (दगडांच्या मांडणीचा दाखला किंवा पुरावा) याच दगडांच्या सान्निध्यात पाहावयास मिळतो.

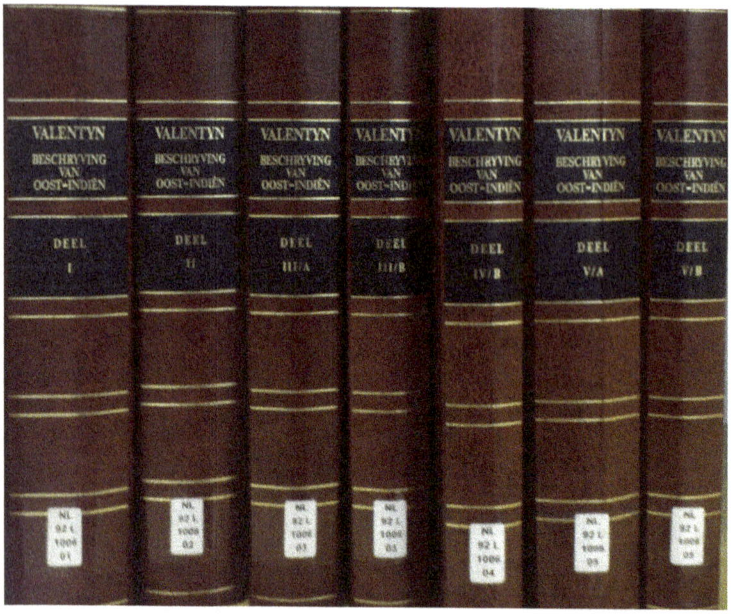


◀ फ्रान्सिस्कस व्हॅलेन्टाईन या डच लेखकाने लिहिलेल्या 'ओल्ड अँड न्यू ईस्ट इंडिया' (Oud en Nieuw Oost-Indien) याच्या सहाव्या खंडातील चौथ्या भागात शिवाजी महाराज यांचा उल्लेख येतो. सहाव्या खंडातील चौथ्या खंडात शिवाजी महाराज यांचा उल्लेख येतो.

सह्याद्रीचा काळा पहाड अशा दृश्य-प्रतिमांच्या रचनेमध्ये सुंदर दिसतो. पेशव्यांच्या काळात झालेले त्र्यंबकेश्वर देवळाचे बांधकाम; वा त्याही अलीकडील काळारामाचे भक्कम मंदिर; एक एक ठिकाण आठवत जाते! अजिंठा-वेरूळ तर डोळ्यांसमोरून हटत नाही. औंढ्याचे शिवमंदिर, त्यावरील कोरीव काम, परळी वैजनाथ, भीमाशंकर, घृष्णेश्वर, पुण्याजवळील भुलेश्वर, साताऱ्याजवळील नदीतील मंदिरे... आणि अशीच अनेक न पाहिलेली ठिकाणे जी सर्वज्ञात आहेत. अशा सर्व ठिकाणचे पुरातन वैभव पाहिल्यावर पन्हाळ्याचे नैसर्गिक सौंदर्य खरोखरच देदीप्यमान वाटते. अर्थात प्राथमिक-माध्यमिक शाळेत असताना शिवनेरीला दिलेली भेट विसरण्याजोगी नाही. सतराव्या शतकातील शिवनेरी, विसाव्या शतकाच्या सहाव्या आणि सातव्या दशकांतही त्याच अवस्थेत होता.

१९६९-७०च्या दरम्यान शिवनेरी पाहिला, तेव्हा मी तेरा वर्षांचा असेन. त्या वेळची स्थिती होती, ती आजच्या नूतनीकरण केलेला शिवनेरी जसा आहे, तशी नव्हतीच. भारत देश स्वतंत्र होऊन तेव्हा २३ वर्षे आणि महाराष्ट्र राज्य निर्माण होऊन ९-१० वर्षे झाली होती. किल्ल्याची स्थिती सामान्यच होती; पण मांडणीचे दगड शतकांची साक्ष देत, इतिहासाचे प्रत्यक्षदर्शी पुरावे देत होते. आज ५० वर्षांनंतरही हे आठवते. याच दगडांच्या दर्शनांनी मन, दृष्टी आणि बुद्धीमध्ये वृद्धी होत जाते.

एका युगपुरुषाची दर्शनीमुद्रा नक्की कशी आहे, हे शोधण्यामागील कारणांचा मी मागोवा घेत आहे. ज्या ठिकाणांना भेटी दिल्या आहेत, त्या ठिकाणांचे फोटो सोबत असतातच;

शिवाय तेथील आठवणी नेहमी रेंगाळत असतात. त्या आठवणी जागृत झाल्या की, मग कधी कविता, तर कधी लेख लिहिले जातात.

पण संशोधनाचा भाग म्हणून जेव्हा शिवाजी महाराजांच्या व्यक्तिचित्राचा विषय येतो, तेव्हा पाहिलेल्या, ऐकलेल्या गोष्टींची एकत्र उजळणी करावी लागते; शिवाय पुरावे शोधावे लागतात. वास्तव आणि दंतकथा यांतील अंतर कमी करण्यासाठीच संशोधन महत्त्वाचे ठरते.

संत तुकाराम महाराजांच्या अभंगावरील 'चित्र-शिल्प' प्रकल्पाचे काम सुरू असताना अनेक मित्रांच्या व रसिकांच्या चर्चेत शिवाजी महाराजांच्या व्यक्तिचित्राचा विषय येत होता. काहींनी सूचनाही केल्या होत्या. परंतु माझा व्यावसायिक व्याप, काही वैयक्तिक समस्या आणि आवडीनिवडीच्या विषयांची पूर्तता करण्यासाठी चाललेली धडपड यांत ही सर्व वर्षे निघून गेली.

डॉ. सदानंद मोरे यांनी सुचवलेल्या विषयाची आठवण झाली की अस्वस्थ वाटायचे. पुणे विद्यापीठात काम सहज सोपे होते. त्यासाठी साहाय्य करायला मी तयार असताना दहा वर्षे अशीच निघून गेली. त्यानंतर वारीतील सहभाग व वारीच्या डॉक्युमेंटेशनसाठीची माझी धडपड चालू असताना शिवाजी-व्यक्तिचित्राचा विषय पुन्हा पुन्हा डोके वर काढत होता.

एका भेटीत डॉ. मोरे मला म्हणाले, "वारी आणि तुकाराम हा तुमच्या-माझ्या आवडीचा आणि जिव्हाळ्याचा विषय आहे. तुम्ही सुचवलेली शिवाजी व्यक्तिचित्राची हॉलंडमधील माहिती व संशोधन लोकांसमोर येऊ द्या. विद्यापीठ व इतरांच्या मागे जाण्यात हे काम तसेच राहून जाईल." त्यांच्या म्हणण्यातील तथ्य जाणून घेत स्वतः होईल तेवढे काम करण्याची तयारी करून सुरुवात केली.

२००४च्या पहिल्या भेटीतच शिवाजी महाराजांच्या मुद्राचित्राची फोटोकॉपी (झेरॉक्स) मी भारतात 'वैश्विक कला पर्यावरण' (वैश्विक आर्ट एन्व्हायर्नमेंट) येथे फ्रेम करून ठेवली. गो. पु. देशपांडे २००६मध्ये हॉलंड भेटीसाठी आले होते; तेव्हा माझ्याकडेच वास्तव्यास उतरले होते. तेव्हा शिवाजी व्यक्तिचित्राचा विषय विद्यापीठाच्या व्यासपीठावर मांडण्यासाठी मी गोपुंना विनंती केली होती. परंतु तोवर ते रिटायर झाले होते.

संशोधनाचा भाग जर दुसऱ्यांनी उचलला असता, तर हा विषय अगोदरच संपवता आला असता, असे मला नेहमीच वाटत राहिले आहे. माझ्याभोवती रेंगाळत राहिलेला हा विषय संपवणे मला आज शक्य वाटते. कारण आता मला डच भाषा लिहिता-वाचता येते; त्यामुळे भाषांतर करणे शक्य झाले.

श्री छत्रपति शिवाजी महाराज

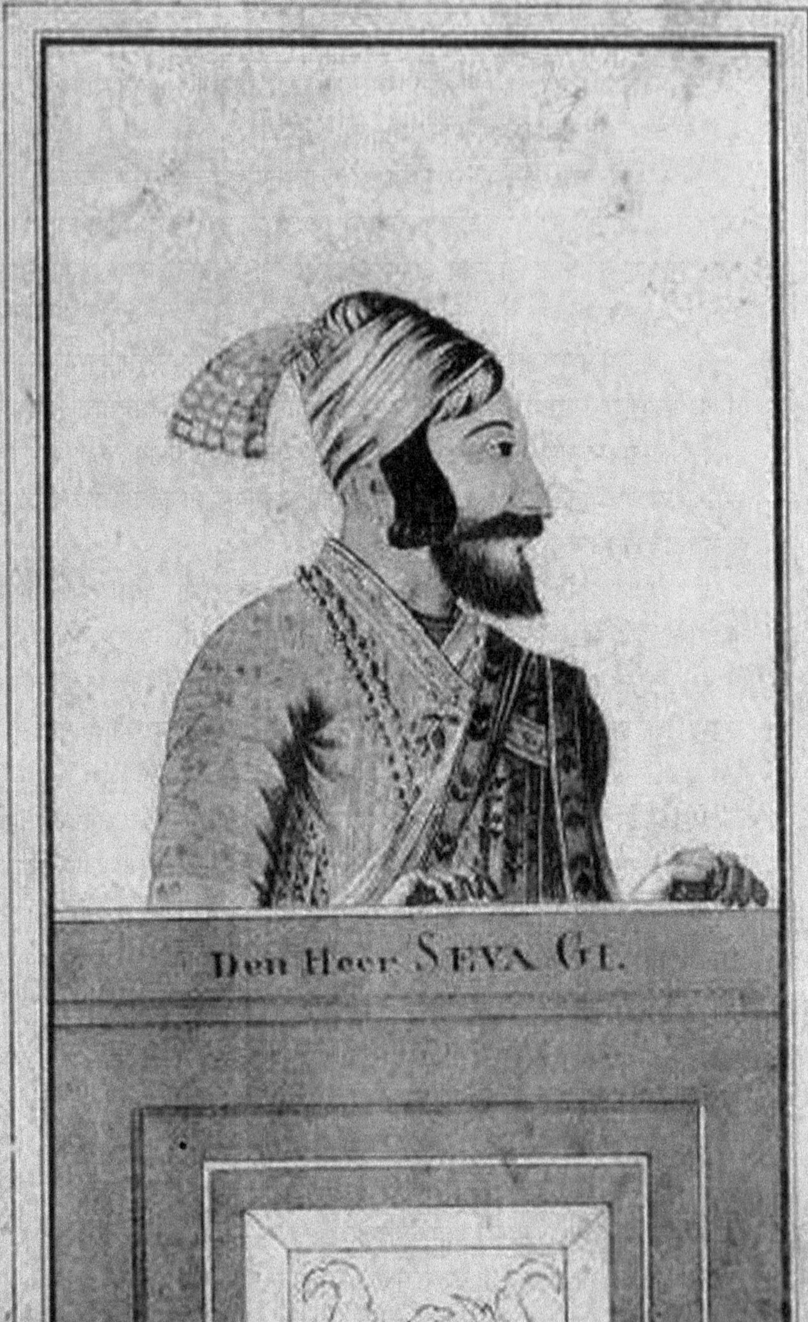


*Copied from the Painting secured by*
*Von Valentyn just after the Surat Sack of 1664 A. D.*
*MacKenzie Collection, Vol. XIII.*

WITH KIND PERMISSION FROM THE INDIA OFFICE, LONDON

Published by Mr. V. S. Bendrey.
Gaikawadwada, 568 Narayan, Poona 2.

◀ १९३३मध्ये वा. सी. बेंद्रे यांनी न. चिं. केळकर यांच्या उपस्थितीत शिवाजी महाराजांचे रेखांकन असलेले एक पत्रक प्रसिद्ध केले. संस्थेमार्फत केलेली त्याची नोंद

मधल्या काळात माझा जिव्हाळ्याचा आणि आवडीचा विषय म्हणजे तुकाराम महाराजांचे समकालीन, जागतिक तत्त्वज्ञानाच्या पंक्तीतील आणि भारतीय दार्शनिकांशी ज्यांचे साधर्म्य आहे, असा बेनेडिक्टस स्पिनोझा (Benedict de Spinoza) हा तत्त्वज्ञ आणि त्यांचे तत्त्वज्ञान. ज्ञानोबा-तुकोबांच्या तत्त्वज्ञानाचा अभ्यास करताना त्यांच्या तत्त्वज्ञानाचा दाखला भाषांतरित केला आहे. यातूनच शिवाजी व्यक्तिचित्राचा संशोधन करण्याचा आत्मविश्वास बळावत गेला.

विचार मांडताना अनेक संवेदनांचाही मागोवा घ्यावासा वाटतो. याचे कारण म्हणजे; मी व्यवसायाने चित्रकार, मनाने मराठी, भारतीय संस्कृतीच्या व्यासपीठावरून वैश्विकता धुंडाळणारा व समकालीन साहित्य, संस्कृती आणि कलांचा भोक्ता! जागतिक (ग्लोबल) आणि स्थानिक (लोकल) वास्तवाचा जाणकार कलाकार. संशोधन कार्यात मग्न झालो, तो एका दंतकथेचा पाठलाग करत तिचा भेद करण्यासाठी; आणि गुप्त जगाच्या बंद दरवाजाआड दडलेली कहाणी आणि वास्तव पुढे मांडण्यासाठी!

वा. सी. बेंद्रे यांनी १९३३मध्ये असाच प्रयत्न केला होता. त्यातून शिवाजी महाराजांच्या मुद्राचित्राचा शोध घेत ते इंग्लंडला पोहोचले. युरोपात त्यांना फ्रान्सिस्कस व्हॅलेन्टाईन (Franciscus Valentine) यांच्या पुस्तकात हे चित्र पाहावयास मिळाले. त्यांनी ते भारतीय वृत्तपत्रांना उपलब्ध करून प्रसिद्ध केले. खरे तर, वा. सी. बेंद्रे यांनी संभाजी महाराजांच्या चरित्राचा अभ्यास करताना हा शोध घेतला. फ्रान्सिस्कस व्हॅलेन्टाईन यांचे संपूर्ण काम सहा खंडांमध्ये संग्रहित करून १७२७मध्ये प्रसिद्ध झाले होते. त्यातून शिवाजीचे हे व्यक्तिचित्र त्यांनी घेतले होते.

पुण्यात असताना एका मित्राच्या नूतनीकरण केलेल्या रेस्टॉरंटमध्ये २०१४मध्ये गेलो होतो. मुख्य दरवाजाच्या आत मध्यावर त्याने शिवाजी महाराजांचे चित्र लावलेले होते. अगदी जिव्हाळ्याने आणि अभिमानाने चित्राची माहिती सांगत तो म्हणाला, 'डच चित्रकाराने महाराजांचे जे मूळ चित्र काढले आहे, त्याची ही प्रतिकृती आहे.'

मी दिङ्मूढ होऊन विचार करू लागलो. एखाद्या परदेशी पर्यटकाने काढले असेल, असे समजून मी चित्र व्यवस्थित न्याहाळू लागलो... खुर्चीचा बाज असलेले सिंहासन आणि त्यावर मांडी घालून बसलेले महाराज... हे चित्र मनाला पटतच नव्हते.

घरी आलो तरी त्याच विचारांत होतो... आता या गोष्टीचा सोक्षमोक्ष लावायलाच हवा असं ठरवले. त्यानंतरच्या हॉलंड वास्तव्यात डच चित्राची शहानिशा करायची ठरवून कामाला लागलो.

हॉलंडमध्ये पोहोचल्यावर अग्रगण्य मराठी दैनिकात एक बातमी प्रसिद्ध झाली होती... 'शिवाजी महाराजांच्या व्यक्तिचित्राचा व्यापार.'

फेसबुकवर ते चित्र आणि त्याबद्दलची सविस्तर बातमी वाचल्यानंतर, माझ्या फेसबुक पेजवर माहिती देऊन ती बातमी खरी असण्याची पुष्टी केली. दुसऱ्या दिवशी मी संग्रहित केलेल्या शिवाजी महाराजांच्या व्यक्तिचित्राच्या नकला फेसबुकवर प्रथमच टाकल्या. त्याच्या आजवर फक्त काही मोजक्या प्रतिमा प्रसिद्ध केलेल्या आहेत. त्या जनमानसात अजिबात ज्ञात नाहीत किंवा पाठ्यपुस्तकातही नाहीत. ही मराठीची सांस्कृतिक दिवाळखोरी म्हणावी का? शिवजयंतीचा जसा बट्ट्याबोळ केला, तसाच आपण शिवरायांच्या व्यक्तिचित्राचा करणार आहोत का?

या डच दंतकथेवरील चित्राची दुसरी बाजू समोर आली. 'इंडियन एक्सप्रेस'च्या मालकीच्या साप्ताहिकाने १८ जुलै २०१४च्या अंकात चित्रकार वासुदेव कामत यांची मुलाखत प्रसिद्ध केली. जे चित्र काल्पनिक आहे, त्यामागील चित्रकाराचे मनोगत व संपादकीय टीप प्रसिद्ध केली. अर्थात त्यामध्ये व्यक्तिचित्राच्या खरेपणाबद्दल चर्चा नसून चित्रकाराच्या बौद्धिक संपदा आणि कॉपीराईटबाबत होती. महत्त्वाचा भाग म्हणजे त्या चित्राचे 'मार्केटिंग' (विपणन) हे डच दंतकथेवरच अवलंबून होते. त्या कथेचा खोटेपणा उलगडून दाखवत, ज्या काळात ते चित्र चितारले होते, त्याचा उलगडा त्यामध्ये केला होता.

महाराष्ट्रात शिवसेना-भाजप पक्षाचे युतीचे सरकार १९९५मध्ये सत्तेवर आल्यानंतर महाराष्ट्र गृहनिर्माण आणि क्षेत्र विकास प्राधिकरणाच्या मुख्यालयात लावण्यासाठी हे चित्र बनवून घेतले होते. त्या चित्राचा मालकी हक्क नैतिकतेने चित्रकाराचा असतो. मात्र, चित्रकाराच्या उदात्त धोरणामुळे त्याने तो प्राधिकरणाला दिला. हा भाग पेटंटमध्ये मोडतो. त्याची पडताळणी, अधिकार हे सर्व कायद्याने सिद्ध होतात. तरीही अशा प्रकारच्या गोष्टी घडतात.

तरी ही महाराष्ट्रात अशा गोष्टी घडतात. त्याचे कारण असे असू शकते की महाराष्ट्र संस्कृती मंडळ, भारतीय इतिहास संशोधक मंडळ व महाराष्ट्रातील विद्यापीठे यांच्या कक्षेत अशा विषयावर प्रकाश टाकणारी पुस्तके समाविष्ट नाहीत किंवा त्या विषयाकडे अभ्यासकांचे लक्ष गेले नाही. शिवाय न्यायालयाच्या कक्षेत कायदेच अस्तित्वात नाहीत का? महाराष्ट्र राज्यात अस्मयुगीन भस्म काळ, शालिवाहन काळातील परदेशी व्यापार, मध्ययुगीन इतिहास ते आधुनिक काळातील घडामोडी यांचा प्रदीर्घ सांस्कृतिक सदृश्य पुरावे उपलब्ध आहेत. शिवरायांचे जन्मठिकाण आणि आधुनिक विषयांचे सामाजिक, सांस्कृतिक इतिहास उपलब्ध असताना एकविसाव्या शतकात अशी चुकीची प्रकरणे घडतात हीच आश्चर्याची आणि दुर्लक्षित बाब ठरत नाही का?

# दंतकथेचा जन्म

शिवाजी महाराजांनी १६६४ला सुरतेवर स्वारी केली होती. त्यावेळेस हे बंदर मोगलांच्या ताब्यात होते. बंदराच्या आवतीभोवती इंग्रज, डच, फ्रेंच या परदेशी फिरंग्यांच्या व्यापारी वस्त्या होत्या. बंदरात त्यांची जहाजे उभी असायची. भारतातून मसाले व सिल्कसारख्या मुलायम कापडाची निर्यात व्हायची. परदेशी व्यापाऱ्यांचा तिथे वावर असायचा. सुरतेच्या मोहिमेत शिवाजी महाराजांनी या व्यापाऱ्यांनाही धाक बसवला होता, असे फ्रान्सिस्कस व्हॅलेन्टाईन याने लिहून ठेवले आहे.

छत्रपती संभाजी महाराजांच्या चरित्र लेखनासाठी आवश्यक संदर्भशोधासाठी इतिहासकार वा. सी. बेंद्रे यांनी इंग्लंडला भेट दिली होती. इतिहासाचार्य वि. का. राजवाडे यांनी पुण्यात 'भारत इतिहास संशोधक मंडळ' स्थापन केले होते. डोमेनी फ्रान्सिस्कस व्हॅलेन्टाईन (Dominicus François Valentyn or Valentijn) यांनी लिहिलेल्या सहा खंडामध्ये पूर्वेकडील देशांचा सतराव्या शतकाचा इतिहास तंतोतंत मिळतो, याची माहिती मंडळातून मिळाली होती.

व्हॅलेन्टाईनची ख्याती इंग्रजांमुळे भारतीय खंडात एकोणिसाव्या व विसाव्या शतकात पोहोचली होती. मोगलांबाबतची सरकारी कागदपत्रे, तसेच देशोदेशीचे करार यांची माहिती या पुस्तकात देण्यात आली आहे. त्यासोबत शिवाजी महाराजांची प्रतिमा असलेले एक मुद्राचित्र पाव पानात छापले आहे.

'चित्रासोबत लिहिलेली ही माहिती सर्वांत महत्त्वाची आणि जाणकारांनी दृश्य पुराव्यानिशी सादर केलेली आहे,' अशी या खंडाची ख्यातीच होती. त्यातील महत्त्वाचे सदर मोगल सरदारांचे आहे. जगातील सर्वांत मोठे साम्राज्य म्हणून मोगलांकडे पाहिले जायचे. तेराव्या शतकात उदयाला आलेले मोगल साम्राज्य शहाजहान व औरंगजेब यांच्या काळात जागतिक पातळीवर भरभराटीला पोहोचले होते. जागतिक आश्चर्य मानले गेलेल्या 'ताजमहाल'सारख्या वास्तूची निर्मिती करणाऱ्या मोगल साम्राज्याला धक्का देणारा माणूस म्हणून शिवाजी महाराजांकडे परदेशी राष्ट्रांचे लक्ष वेधले गेले.

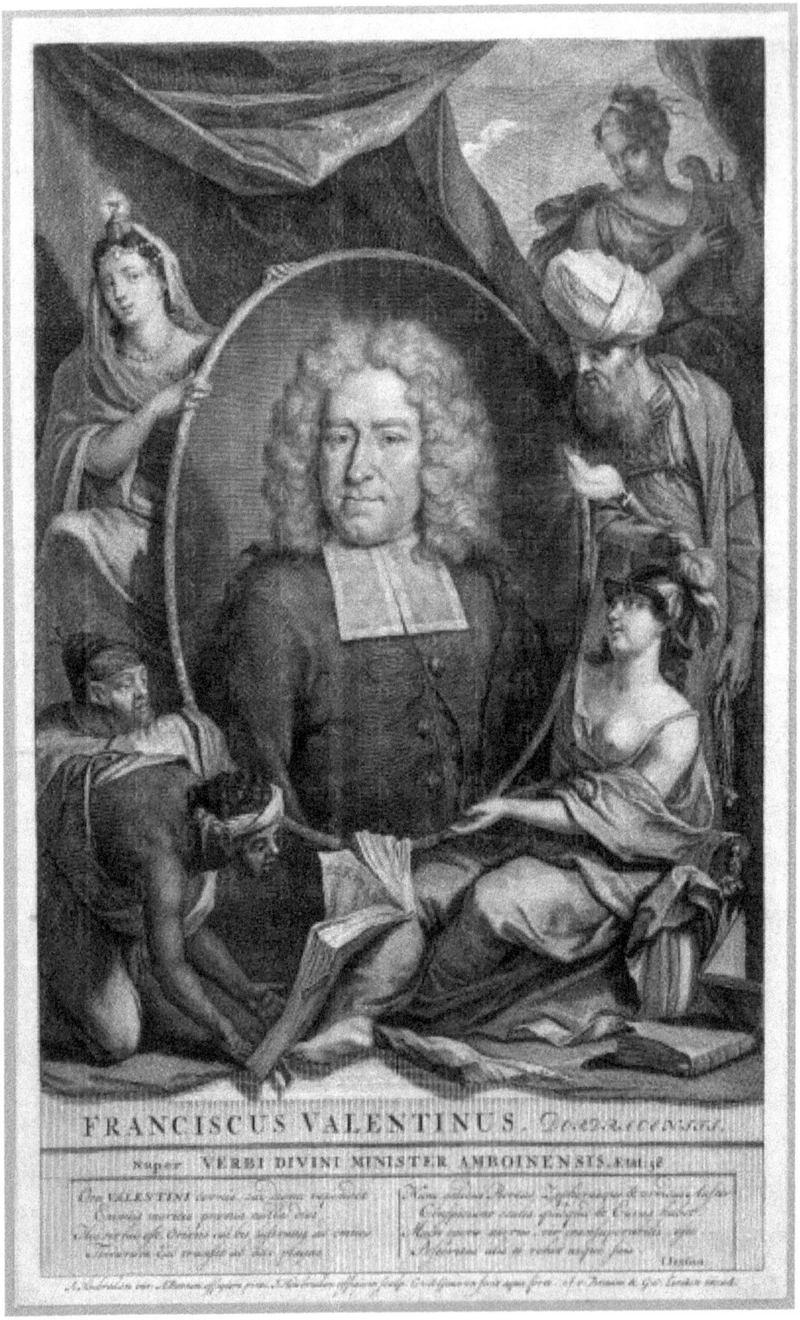


◀

फ्रान्सिस्कस व्हॅलेन्टाईन : ख्रिस्त-धर्माचा अभ्यासक, इतिहासकार व लेखक

डोमेनी फ्रान्सिस्कस व्हॅलेन्टाईन हा बायबलचा अभ्यासक आणि इतिहासकार म्हणूनही प्रसिद्ध होता. तो सुरतेच्या सफरीवर नव्हता; किंवा तो स्वतः चित्रकारही नव्हता. त्याचा जन्मच सुरतेच्या मोहिमेनंतर झाला आहे. त्याचा जीवनकाळ १६६६ ते १७२७ असा आहे. डच सरकारने स्थापन केलेल्या ईस्ट इंडिया कंपनीत व्हॅलेन्टाईन कामाला होता. त्याने या इतिहासाची अचूक आणि जास्तीत जास्त माहिती जमवली; आणि ती १७२७मध्ये हॉलंडमध्ये सहा खंडांत प्रसिद्ध केली.

मुद्रणकलेत युरोप सर्वांत अग्रेसर होता. पुस्तके छापण्याचे तंत्र भारतात १८६९ला पोहोचले. मुंबई सरकारने मुंबईत प्रेस आणली. तसे बडोद्यातही सर्वांत प्रथम प्रिंटिंग प्रेस सरदार सयाजीराव गायकवाड यांनी मागवली. युरोपातील औद्योगिक (इंडस्ट्रियल) क्रांतीतील छपाई तंत्र हे सर्वांत महत्त्वाचे ठरले. त्याची प्रचिती आजही मिळते. त्यातीलच एक आश्चर्य म्हणजे पाव पानात छापलेले शिवाजी महाराजांचे हे चित्तवेधक व्यक्तिचित्र आहे.

दंतकथा जन्माला येताना अनेक अपभ्रंशांची भेसळ होऊन तिचा मौखिक प्रसार होतो. डच चित्रकाराने हे चित्र काढलेले नाही; तर मुद्रित केलेले आहे. मुद्रण करणारा छापखाना असतो. त्यांच्याकडे मूळ चित्रावरून 'मुद्राचित्र' काढून घेतले जाते. तशी ती स्थानिक चित्रकाराकडून काढून घेतलेली आहे. चित्र काल्पनिक नाही याची खात्री आहे. मूळ चित्र त्यांच्याकडेच होते किंवा मूळ चित्राचा ताबा व माहिती त्यांना होती. छापखाना Johannes Van Braam / Gerard onder de Linden at Dordrecht / Amsterdam नावाने प्रसिद्ध आहे.

भारतीय व मराठी प्रदेशात ही मुद्रा सादर केली गेली, तो काळ १९३३चा होता. २००४ला मी कोल्हापूर पाहाण्यासाठी गेलो, तेव्हा ही कथा ऐकली. सुरतेला शिवाजी महाराज मोहिमेची देखरेख करत असताना इंग्रजांच्या वा फिरंग्यांच्या जहाजाकडे पाहत होते. महाराज उभे असताना डच व्यापाऱ्यांच्या ताफ्यातील एका कलाकाराने चित्र रेखाटले. या चित्राची कहाणी पुढील काळात विशेषत: २०१४मध्ये विक्रीसाठी मोठ्या प्रमाणात वापरली गेली. या कथेचा जन्मच मुळी इतिहास संशोधकांच्या मूळ कल्पनेतील ठिकाणापासून झाला, असे म्हणावेसे वाटते.

इतिहास लिहिताना मूळ दृश्य पुराव्याचे वर्णन व माहिती लिहावी लागते. ती मुद्देसूद असावी लागते. ती इथे उपलब्ध नाही. एखादी खुनाची केस उलगडताना जसे पुरावे लागतात, तसेच पुरावे एखाद्या चित्राचे असावे लागतात. ब्रिटिश म्युझियममधील

A. 1654. ieder de Kroon voor zig zelven zoekende, vergaderden niet alleen hunne troepen, gelyk zy die, en ieder zyn aanhangers onder de Hovelingen, al lang op hun hand hadden, maar quamen ook openbaar met de zelve te veld, hoewel ieder onder een byzonder voorwendzel.

Sjah Sousa afgebeeld. De eerste, die met zyn Leger te voorschyn quam, was Sulthaan *Sousa*, of de tweede Zoon, voorgevende, dat *Sjah Djihaan* al dood, *Dara Sjekoeb* de kroon onwaardig, en hy derhalven de naaste daar toe was. Wy beelden dien Prins na het leven af by de letter C. A. 1654.

List, en veinzing van Eurangzeeb. *Eurangzeeb* hield zig in 't openbaar stil, terwyl hy zig heimelyk by zyne vrienden sterk en bemind maakte.

Hy ontbood *Moraad Beg*, zyn jongsten Broeder, op zekere plaats stil by zig, zei tegen hem, dat hun Vader niet dood was, maar van hun oudsten Broeder gevangen gehouden wierd, en dat het om wraak tot God riep, zulks te dulden; hoewel hy geloofde, dat *Sjah Djihaan* niet lang leven, en dit besterven zou.

N.° A.A.A. *zie op Pag. 265.*

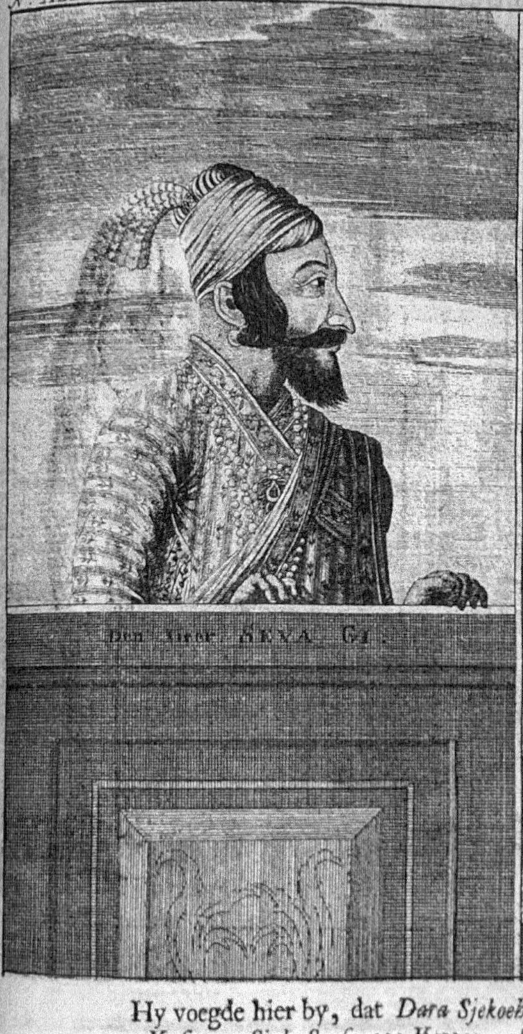

Den Heer SEVA GI.

N.° D.

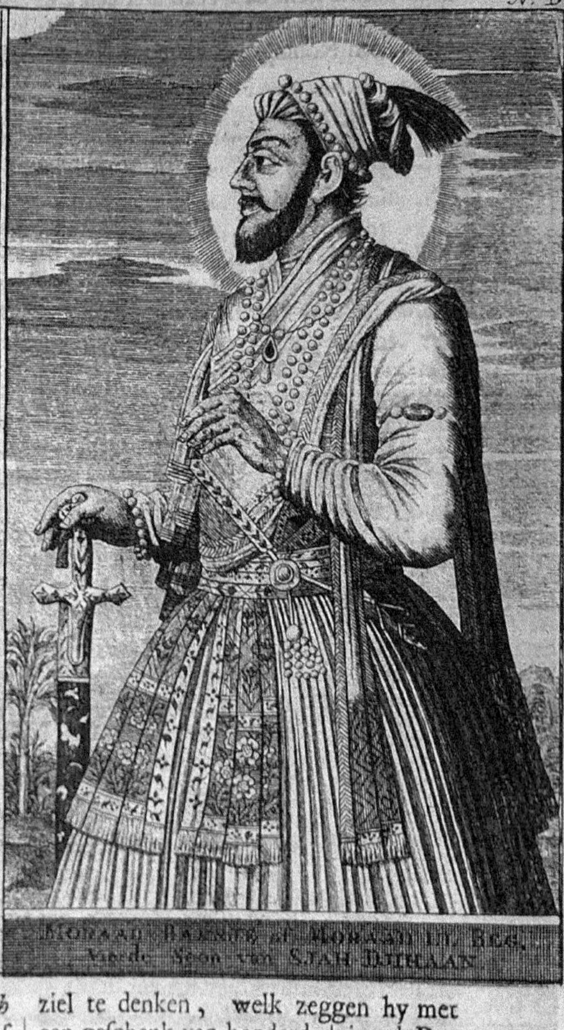

MORAAD BAKSJE of MORAAD UL BEG, Vierde Soon van SJAH DJIHAAN

Hy voegde hier by, dat *Dara Sjekoeb* een Kafir, *Sjah Sousa* een Ketter, of van 't Persiaansch Moorsch geloove, en dierhalven, dat, geen van beide waardig zynde zoo groot Ryk te bestieren, niemand dan hy (*Moraad Beg*) tot de kroon geregtigd was, aangezien hy die voor zig zelven niet begeerde, en maar als een Fakier, of Bedel-Munnik, zyn leven in stilheit ten einde te brengen, dog, om de geregtigheit van zyn zaak, en voor 't welwezen van 't Ryk, al, 't geen hy had, voor zyn Broeders recht opzetten wilde, om hem tegen beide deze Broe- ziel te denken, welk zeggen hy met een geschenk van honderd duizend Ropyen aan *Moraad Beg* verzegelde. Hier mede wiegde hy hem, en vele van zyne vrienden, voor een langen tyd in slaap, terwyl *Sjah Sousa* de gordyn van dit tooneel begon op te schuiven.

Zig voor Moraad Beg verklarende. *Eurangzeeb* trok zyn Leger, onder de naam dat het voor *Moraad Beg* was, by een, en gaf in 't eerst voor, dat zy na Agra trekken wilden, om hunnen Vader, die *Dara Sjekoeb* zoo schendig in zyn ziekte gevangen hield, te verlossen, een daad, die ieder ten hemel toe prees.

Dezen *Moraad ul Beg* beelden wy af b

◀

व्यक्तिचित्रे :
**शिवाजी, मराठा राजा आणि मुरादबक्ष, शहाजहानचा तिसरा पुत्र**

ताम्रलेखक : निनावी
आकार : १४५ X १७२ मिलीमीटर
Fraanswa Valentine, Oud en Nieuw Oost indien, amsterdam/ Dordrecht 1726, dl. IV, 2de stuk, p 248

शिवाजी महाराजांचे हे चित्र आहे. ही मूळ प्रत हॉलंडच्या चित्रासाठी वापरली आहे का? त्यासाठी हे सिद्ध करून दाखवावे लागते.

वा. सी. बेंद्रे यांनी प्रसिद्ध केलेले शिवाजी महाराजांचे चित्र हे रेखांकन नाही, तर मुद्रा आहे. पुस्तक छापण्यासाठी अठराव्या शतकापूर्वी व नंतरही मुद्राचित्र वापरले जायचे. मुद्राचित्राच्या प्रकारात एकापेक्षा अधिक प्रती छापता येतात. पुढे याला 'ग्राफिक्स' म्हटले जाऊ लागले. यातूनच प्रिंटिंग टेक्नोलॉजीने ऑफसेट प्रिंटिंगपर्यंत प्रगती झाली आहे. आज डिजिटल (अंकीय) तंत्रज्ञानाने बदल घडवून आणले आहेत. मात्र सतराव्या शतकात छापलेली पुस्तके आजही उपलब्ध आहेत. त्यांची गुणवत्ता आजसुद्धा पाहता येते. शिवाजी महाराजांचे मूळ चित्र ब्रिटिश म्युझियमच्या संग्रहात पोहोचलेले आहे. त्याचा प्रसिद्धीकाळही फार अलीकडील आहे. हे चित्र व त्याची तंतोतंत माहिती 'मूळ प्रत' या सदराखाली दिलेली आहे. हेच चित्र हॉलंडच्या चित्रकाराने संदर्भासाठी घेऊन, त्याचवरून स्क्रॅपबोर्डवर शिवाजी महाराजांचे चित्र तयार केले आहे.

ब्रिटिश म्युझियमच्या ताब्यात असलेल्या मूळ चित्रावरच हस्तलिखितात लिहिलेली माहिती (Sievagi Gewesen) हे जर्मन भाषेतील शब्द आहेत. ब्रिटिश म्युझियमने ते जर्मन भाषेत हस्तलिखित स्वरूपात लिहिलेले आहेत. ही २६ लघुचित्रे कॉलिन मॅकेन्झी (Colin Mackenzie)ने संकलित केलेल्या संग्रहात होती, अशी माहिती लिहिली आहे.

जर्मन भाषेत शिवाजीचे वर्णन वा प्रतिमा सतराव्या शतकात प्रसिद्ध झाल्याचा दाखला नाही. फक्त डच भाषेत व तेही फ्रान्सिस्कस व्हॅलेन्टाईन यांच्या सहा खंडांपैकी चौथ्या खंडात हे पाहावयास मिळते. मात्र पुढील काळात 'बर्लिन स्टेट लायब्ररी'त छत्रपती शिवाजी महाराज यांचे लघुचित्र आहे, हे उघडकीस आल्यावर ब्रिटिश लायब्ररीत हे चित्र जर्मनांमार्गे पोहोचले, असे म्हणणे भाग पडते.

सुरतेवरील स्वारी आणि महान मोगल साम्राज्यातील जीवन



# BESCHRYVING VAN SURATTE, EN DE LEVENS DER GROOTE MOGOLS.

## Van SURATTE, mitsgaders van onzen Handel, en Comptoir aldaar.

## EERSTE BOEK.

### EERSTE HOOFTSTUK.

*Van Suratte, en ons Comptoir aldaar. Wy komen hier A.* 1616. *De Heer* Pieter van den Broek, *Grondvester van dit Comptoir. Onze verdere Comptoiren hier. De Stad Suratte beschreven. Kaart van de Rievier. Onze, en de Engelsche-Logie. Groote Tank buiten dezelve. Groote Waringin-Boom. Ingezetenen. En Tollen. Grooten Handel hier. Waaren, hier vallende. Waaren, hier getrokken. Winsten van dit Hoofd-Comptoir. De Maaten, Gewichten, en Munten. De Saysoenen. Dieren. 't Gebruik van Ossen, by gebrek van Peerden, enz. Ons Hoofd-Comptoir, en bedienden. 't Getal en inkomen van de Bedienden bepaald. De Directeur, en Raad, moeten hier stipt de last van haar Edelheden volgen. 't Opvolgen van de stipte last den Heer van Velsen in Siam qualyk genomen. Statie van onzen Directeur. Naamen van eenige Oppercooplieden. Commissarissen van Suratte. Beschryving van de Stad Hhamed-Abad. Waaren, hier vallende. Menigte der Tempels en Kerken. Pragtige Staatvoering van den Stadsvoogd. Inkomen dezer Stad. Pragtige gebouwen buiten dezelve. Ons Comptoir, en de Logie hier. Beschryving der Stad Brotsja. Schoone Lywaaden, enz. Engelse Logie hier. Agaaten, hier vallende. Beschryving der Stad Brodera. Fraeje Huizen, Thuinen, Graven, enz. Lywaaden, die hier gemaakt werden. Beschryving van de Stad Cambaja. De Perseën, of Gauwren. Hun Godsdienst. Groote agting voor hunne Geestelyken. 't Gewaad der Priesters. Wat zy van 't vyer oordeelen. Ook eeren zy het water. Heilige en Vasten-dagen. Hun Jaar en Maanden. Verwerpen alle Beelde-dienst. 't Regt ken-teeken der Gauwren. Straffe, als zy dit verliezen. Zy weten van geen Overheden. Hunne Huwelyken. Woonen alle van een Huisgezin by een. Hunne Begraafplaatzen, en Dood-Maaltyden. Hun verdere aard. Hun Zundavastauw, of Wet-Boek. En Wet-gever. Hoe zy 't vyer eeren. Eeren ook de Leeuw. Inhoud van de Zundavastauw. Wat geboden werd aan de Leeken. Aan de Priesters. Aan den Hoogen-Priester. Offerhanden der Gauwren aan God. Zy hebben ook een soort van Doop. Godloos Feest der Persische Gauwren.*

Van Suratte, en ons Comptoir aldaar.

GElyk in Suratte een van onze voornaamste Comptoiren in Indiën, en onze handel van den beginne af al van zeer groot belang geweest is, alzoo verdiend dezelve ook, dat wy in het byzonder daar van spreken, en 't vermogen van onze Maatschappy alhier vertoonen.

De

◀ डच भाषेतील सुरतेविषयीचा मजकूर

GROOTE MOGOLS. 265

Vorſt verſtooten zynde, begaf zich eerſt tot 't berooven der lieden op de wegen; doch naderhand grooten aanhang van al 't geboeſte krygende, wierd hy zoo ſterk en ſtout, dat hy tegen *Eurangzeeb* openbaar in 't veld quam, en hem hier en daar door zyn ſtrooperyen, veel afbreuk deed.

Wy vertoonen dien Heer by de letters A. A. A. na 't leven, met een goude Alegia bekleed, en met zoo een tulbant op 't hoofd.

In 't jaar 1664 quam hy in Januari eerſt na de machtige Koopſtad, Hhamed Abad, met een vliegend leger van 10 a 12000 man, 't geen zulken ontſteltenis in Suratte, en voor al in 't hert van den blooden Landvoogd aldaar, gaf, dat hy, die geſteld was, om die gene, die daar handel dreven, te beſchermen, de Hollanders, en Engelſchen in zyn groote verſlagenheit om hulp verzoeken quam, die nochtans met hun zelven genoeg te doen hadden: want al hunne manſchap maar in 30 a 40 Mannen van ieder byzonder volk beſtaande, kon dit niet veel helpen, waarom zy den 15den dito ieder noch 70 a 80 Mooren in dienſt namen.

Daags daar aan quam 'er tyding in Suratte, dat hy met zyn Heir by het Dorp Utena, pas anderhalf myl van de Stad, gekomen was, waar op de Stadsvoogd hem door een bedienden verzoeken liet, de Stad doch niet nader te komen, alzoo dit groote ontſteltenis geven, en den Vorſt, die hem, zoo hy zeide, elders gezonden had, zeer mishagen zou, waar aan zig *Seva Gi* weinig gelegen liet, nemende dien bedienden, om zyn ſlag, in 't overvallen van die Stad, te beter waar te nemen, maar ſtillekens gevangen, en met zich na die Stad. Het zelve overquam ook twee Hollandſche bedienden, om kundſchap uitgezonden, die, egter tegen den avond weer losgelaten, en zonder geweer by den hunnen gekomen zynde, vaſt berigt brachten, dat het den roover *Seva Gi* met zyn leger was.

Tegen den middag zag men een vervaarlyk vuur in de Stad opvlammen, terwyl *Seva Gi's* volk allenskens ter Stad introk, en zich eerſt in 't Tol-huis aan 't rooven begaf.

De bange Stadsvoogd was ten eerſten met alle bedienden des Mogols, na de veſting gevlugt, met welke hy den roover noch lang had konnen buiten houden, die, nu geen weerſtand vindende, tot diep in de nagt niet deed, dan rooven, en branden; zich zelven ook verſtoutende om tot onder de veſting te naderen. Het is waar, dat de Stadsvoogd den geheelen nacht ſchoot, maar hy deed meer ſchade in de Stad, dan aan den vyand.

Een jammerlyk geſchrey van Vrouwen, en Kinderen om 't verlies van hun Mannen, huizen en goederen, hoorde men de gantſche tyd door, te meer, dewyl niemand, door 't voortloopen van den brand, zich wiſt te keeren, om dat niemand die dorſt leſſchen, en ſchoon 'er door 't ten einde loopen van den brand van zelf 's nagts wat ruſt ſcheen te komen; zoo zag men den 17den dito die veel ſterker, dan te voren, op nieuwe plaatzen ontſteken. A. 1663.

*Seva Gi* zond ook eenen *Nicolaas Koloſtra*, een Griek, en Koopman, binnen Suratte, na de Nederlandſche en Engelſche Opperhoofden, met aankundiging, dat *Sjab Souſa*, zyn bondgenoot, en vriend, die by hem was, de Stad Suratte aan hem geſchonken, en dat hy daarom goedgevonden had, ons in der minne om een redelyke ſomme gelds, om zyn heir te betalen, te doen aanſpreken, of dat hy anders al, wat in de Stad was, aan zyn woede en 't vuur opofferen zou.

Schoon men zeer wel wiſt, dat dit voorgeven een leugen, en dat *Sjab Souſa* lang dood was, moeſt men hem echter goede woorden geven, en hem afzetten, met te zeggen, dat Kooplieden geen geld by kas hielden, en hem dierhalven onmogelyk nu helpen konden.

Yſſelyk was ondertuſſchen het branden, blaaken, ſchreeuwen, ſchreijen, en jammeren der elendig verlatenen in de Stad, en hoe vervaarlyk reeds de brand was, ontzag zich *Seva Gi's* volk egter niet die noch hoe langs hoe meer door nieuwe brandſtoffen te doen toenemen.

Al, wat noch fraai in Suratte geweeſt was, geraakte op dezen dag tot aſſche; en veel Kooplieden van aanzien verloren alles, 't geen de vyand noch niet had konnen rooven, door dezen ſchrikkelyke brand, 'er niet dan ter naauwernood hun leven af brengende. Twee a drie Benjaanſche Kooplieden lieten daar ettelyke millioenen by zitten, en de ſchade in 't algemeen werd wel op dertig millioenen geſchat.

Den 18 Januari trok hy na de middag, zyn hart nu genoeg opgehaald hebbende, met zyn volk weer na buiten met een onnoemelyken buit. Hy, en de zynen, namen alleen het dierbaarſte na zig, en deelden 't geringe, dat hem maar belemmeren kon, aan de armen uit, waar door velen hier meer kregen, als zy by die brand en plundering verloren hadden. Hy trekt met een grooten buit af.

Hy had zich in 't eerſt een half myl van de Stad gelegerd, en daar door ſchyn gegeven, als of hy daar langer roeſten wilde; doch hy was, wanneer men het minſt 'er op dagt, ſtil heen getrokken, vergenoegd dat hy *Eurangzeeb* zulk een ſchoo-

IV. Deel. Ll

डच ▶
भाषेतील
शिवाजी महाराजांवरील
मजकूर

# डच मजकुराचे मराठी भाषांतर

## BESCHRYVING VAN SURATTE,
## EN DE
## LEVENS DER GROOTE MOGOLS

### (सुरतेवरील स्वारी आणि महान मोगल साम्राज्यातील जीवन)

(**विशेष सूचना :** शिवाजी महाराज, संभाजी राजे, औरंगजेब, अदिलशहा या सर्वांचेच उल्लेख मूळ मजकुरात एकेरी केले आहेत, त्यामुळे भाषांतरांतही ते एकेरी ठेवले आहेत याची वाचकांनी कृपया नोंद घ्यावी.)

या शीर्षकांतर्गत डोमेनी फ्रान्सिस्कस व्हॅलेन्टाईन याने डच भाषेत मोगलकालीन कालखंड मांडला आहे. त्यात त्याने औरंगजेब व शिवाजी महाराज यांचे वर्णन केले आहे. तो लिहितो...

*औरंगजेब दिल्लीच्या तख्तावर बसल्यानंतर काही काळातच त्याने रुपयांची नवी नाणी चलनात आणली. ज्यावर त्याची निशाणी होती. ती नाणी डच व इतर फिरंगी ताबडतोब खरेदी करतील, असा त्याचा अंदाज होता. औरंगजेबाने चलनात आणलेल्या त्या नाण्यांनी जगातील व्यापारी अशा काही वेगळ्या जगात फेकले गेले की, ते जग पौर्णिमेच्या चंद्रासारखे गोलच गोल होत गेले.*

*१६६३ किंवा १६६५मध्ये औरंगजेबाचा एक मनसबदार 'शिवाजी' हा लहान चणीचा माणूस (ज्याला फ्रान्सिस्कसच्या देशाच्या बोलीभाषेत 'एक माणूस जो की एक उंदीर', असे संबोधले आहे.) तरीही कर्तृत्वाने मोठा असा.*

*'जमेहा' (विजापूरचा आदिलशाह) शिवाजीच्या जन्मगावचा होता. दख्खनचे आधीचे राजेही येथीलच होते. त्या राजांकडे शिवाजीचे वडील सरदार होते. औरंगजेबाने हे राज्य दख्खनच्या या राजाला सुपूर्द केले होते.*

*शिवाजी डोंगराळ प्रदेशातील उत्कृष्ट व शक्तिशाली राजांच्या खानदानातील, युद्धकौशल्य जाणणाऱ्या घराण्यातील अत्यंत कुशल, शूर व युद्धनितीज्ञ म्हणून नावाजलेला होता. त्याच्या आजोबाला निजामशहाच्या दरबारात मानाचे स्थान होते. तसाच त्याचा पिता राजा शहाजी, स्वतः सैन्यातील अत्युच्च पद भूषवणारे होते. ते तीन भाऊ होते. दुसऱ्या दोन भावांची नावे 'संभाजी' आणि 'एकोजी' अशी होती.*

*निजामशहाच्या पाडावानंतर शिवाजीचा पिता, शहाजी राजे आणि त्याची दोन मुले विजापूर दरबारात चाकरी करू लागली. तेथे ते अतिशय उत्तम योद्धे म्हणून नावाजलेले होते. परंतु शिवाजी ही चाकरी न करता नेहमी बंड करण्याचा प्रयत्न करायचा.*

*विजापूरच्या राजाने त्याला नामशेष करण्यासाठी अफझलखानाच्या अखत्यारीत सैन्य पाठवले. शिवाजीने त्याची हत्या केली. त्याचबरोबर पन्हाळा हे शक्तिशाली ठिकाण जिंकले. हे शिवाजीचे कार्य पुढे लाभदायक ठरले.*

शिवाजीचे वर्णन करताना व्हॅलेन्टाईनने लिहिले आहे की, *'अटकाव करणाऱ्याला दूर हटवून पराभूत करण्यासाठी एक चांदीची काठी (शिवाजी महाराजांच्या डाव्या हातातील दांडपट्टा) घेऊन तो राजपुत्र म्हणजे शिवाजी पुढे सरसावला.*

*हा माणूस (शिवाजी) लूट करण्यासाठी मैदानात उतरला होता. मोठ्या संख्येने त्याला समर्थक मिळत गेले. तो शक्तिशाली आणि बलवान बनत गेला. औरंगजेबाविरुद्ध उघडपणे बंड करत तो मैदानात उतरला. आम्ही AAA अक्षरांनी दाखवलेला तो श्रीमान, शासनकर्त्यासारखा सोनेरी पेहराव व डोक्यावर मुकुट चढवलेल्या माणसाचे राजेशाही जीवन दर्शवतो.*

*जानेवारी १६६४ला पहिल्यांदा तो अहमदाबाद शहरामध्ये १० ते १२ हजारांच्या फौजेसह दाखल झाला होता. अगदी राज्यपालाने (शहराचा संरक्षक) व्यापाऱ्यांच्या संरक्षणासाठी, फौजेची नियुक्ती केली असतानाही त्याने पराक्रमाची शर्थ केली. डच आणि इंग्रज हतबलतेने मदत मागण्यासाठी गेले असले, तरी त्यांना स्वतःला करण्यासारखे बरेच काही होते. कारण विशिष्ट जमातीच्या तीस ते चाळीस माणसांचे मनुष्यबळ त्यांच्याकडे होते. तरी ती माणसे मदत करू शकली नाहीत. त्यांनी एकासोबत पाच या प्रमाणात आणखी सत्तर वा ऐंशी मूर लोक सेवेला का घेतले होते, हे उमगणे खरेच कठीण होते.*

*ज्या दिवशी शिवाजीचे सुरतेमध्ये आगमन झाले, त्या दिवशी तो सुरतेपासून फक्त दीड मैलांच्या अंतरावर पुरेना गावाजवळ थांबला होता. शहराच्या प्रमुख संरक्षकाने तेथे जाऊन परवानगी मागितली. 'हे शहर हल्ला परतवण्यासाठी आणि चढाई करण्यासाठी तयार नसल्याचे', राजपुत्र म्हणाला. त्याला दुसरीकडे पाठवले. तसा तो नाराज झाला.*

*शिवाजीने याकडे जाणूनबुजून दुर्लक्ष केले. त्याने सैन्य घेऊन त्याच्या ध्वजाखाली शहरावर चढाई केली. शहराची व्यवस्थित टेहळणी करून गुप्तपणे त्याला वेढा घातला. काय घडते आहे; हे पाहण्यासाठी हॉलंडचे दोन सैनिक हेरगिरीवर पाठवले होते; तेही पकडले गेले. संध्याकाळ झाल्यावर बिनाहत्यार त्यांची सुटका झाली. त्यांनी बातमी आणली की, 'दरोडेखोर, श्रीमान शिवाजी त्याच्या सैन्यासह आला आहे.'*

*मध्यान्हाच्या वेळी भयंकर आग शहरामध्ये पसरली. शिवाजीचे सैन्य अंशतः शहरात शिरले होते. प्रथमतः त्यांनी जकातनाक्याच्या गढीवर लूट करायला सुरुवात केली. घाबरलेला शहराधिकारी या दरोडेखोरांना अटकाव न करताच मोगल सैन्याला घेऊन सगळ्यात आधी पळून गेला. त्यांच्यामध्ये आता दरोडेखोरांना प्रतिकार करणारा एकही सैनिक नव्हता. मध्यरात्रीपर्यंत धुमसणारी आग आणि दरोड्याने हल्लेखोरांचा आत्मविश्वास वाढवला होता. संपूर्ण गढी त्यांनी लुटली, हे सत्य होते. तो शहराधिकारी रात्रभर एकाजागी जीव मुठीत घेऊन बसून राहीला होता. त्यामुळे शहराची अतोनात हानी झाली होती. शहराधिकाऱ्याने शत्रूला रोखायला हवे होते; परंतु त्याने तसे केले नाही.*

*स्त्रियांच्या व लहान मुलांच्या किंकाळ्या आणि रडण्याचे आवाज ऐकू येत होते. स्त्रियांनी आपल्या नवऱ्यांना, घरांना आणि घरातील चीजवस्तूंना गमावल्याचे दुःख होते. पहिल्यापेक्षा अधिक आग भडकलेली पाहिल्याचे सांगत असताना, नवीन ठिकाणी आग पेटलेली दिसत होती. जणू संपूर्ण शहरात आगीचा वणवा पेटला होता. त्या भडकलेल्या आगीला कोणीच थोपवू शकत नव्हते. अगदी रात्रभर आग पेटली होती. नंतर ती आग स्वतःच शांत होऊन विझली.*

*शिवाजीने डच आणि इंग्रज अधिकाऱ्यांनंतर सुरतमधला एक ग्रीक व्यापारी निकोलस कोलोस्ट्रा (Nicholas Colostra) याला खरमरीत खलिता पाठवला, 'मिर्झा शाह शुजाने तह करून हे शहर आम्हाला दिले आहे. तो आमचा मित्र आहे. त्यामुळे कोणतीही हयगय न करता योग्य पैशांची भरपाई करावी. अन्यथा माझा व माझ्या सैन्याचा राग अनावर झाला, तर हे शहर आगीच्या भक्ष्यस्थानी पडेल.'*

*सर्व माणसांना चांगले माहीत होते की, हे असत्य आहे. कारण औरंगजेबाचा भाऊ, शाह शुजा केव्हाच मारला गेला होता. माणसाने मेलेल्या माणसाविषयी चांगले बोलले पाहिजे. शुद्ध विचार करून त्याला स्वीकारायला हवे. व्यापारी रोख रक्कम स्वतःकडे बाळगत नाहीत; म्हणून पैसे भरून मदत करू शकत नाहीत.*

*खरे तर दरम्यानच्या काळात शहरात आग, इतस्ततः घोडे, आरडाओरड, रडारड, आक्रोश, किंकाळ्या असे दुःखप्रद वातावरण होते. भयंकर आग आधीच पसरली होती. शिवाजीचे सैन्य कमी वेळेत अधिकाधिक आग पेटवत होते.*

सुरतमध्ये जे सर्व काही आकर्षक, लोभनीय होते, त्याची राखरांगोळी झाली होती. बऱ्याच व्यापाऱ्यांनी, शत्रूने अजून जे लुटले नव्हते, ते या भयंकर आगीत सर्व काही गमावले होते. काही जणांची जीवनाची कमाई नष्ट झाली होती. दोन-तीन मलेशियन व्यापाऱ्यांनी तर काही दशलक्ष गमावले होते. सर्वसाधारणपणे त्यांचे तीन कोटींचे नुकसान झाले होते.

१८ जानेवारीचा दिवस! मध्यान्हानंतर शिवाजी निघाला. त्याच्या अंदाजाप्रमाणे त्यांनी पुरेसे धन प्राप्त केले होते. त्याचे सैन्य अगणित लूट घेऊन बाहेर पडले होते. तो आणि त्याचे सहकारी फक्त आवडलेल्या वस्तू घेऊन गेले. त्या त्यांनी सामायिकपणे वाटून घेतल्या. व्यापाऱ्यांना थोपवून, दमदाटी करून फार धन मिळवले होते. मात्र तसे आगीत आणि दरोड्यात बरेच धन गमावले होते.

शिवाजीने शहरापासून दीड मैल सैन्य पेरले होते. त्यातून अशी अफवा पसरली होती की, तो तिथे फार दिवस थांबणार होता. शिवाजी समाधानी होता की, औरंगजेबाच्या शेपटातून एक हलकंफुलकं सुंदर असे पिस उपटले होते.

ॲबिसिनिया (आजचे इथिओपिया)च्या सम्राटाचा राजदूत, छोटा मुराद, एक अर्मेनियन शाही नजराणा घेऊन आला होता. आपला जीव गमावण्याच्या भीतीने, आपल्या मुक्ततेसाठी त्याने तो नजराणाही देऊन टाकला. कारण शिवाजीने 'कैदी म्हणून सोबत नेले जाईल', अशी धमकी त्याला दिली होती. नाहीतर कोणता मनुष्य भित्र्या आणि अननुभवी शहराधिकाऱ्याच्या कर्तृत्वावर विश्वास ठेवून शांत बसला असता....

औरंगजेब बऱ्याच राजकीय मसलतींमध्ये अडकला होता. यात शिवाजीने सामान्य जनतेतून एक लाखाचे शक्तिमान सैन्य उभारले होते....

औरंगजेबाने माफी किंवा एकाधिकारशाहीचा वचननामा दिला. त्याचा पुत्र संभाजीला त्या प्रांताच्या राजपुत्राखालील तिसरे स्थान, श्रीमंती नजराणा देण्याची तयारी दर्शवली होती; त्याला हजार घोडेस्वार ठेवण्याची मुभा दिली. दरबारात हजर राहण्यासाठी ही सर्व आमिषे (औरंगजेबाने) त्याला दाखवली होती.

...शिवाजी त्याच्या मुलासह अगदी छोट्या लवाजम्यासह राजधानीकडे रवाना झाला होता. त्याच्या मुलाला सैन्यासह बाहेर राहण्यासाठी वेगळे केले आणि तेथेच प्रतीक्षा करायला सांगितले. सामान्य मनुष्य या प्रसंगाला कसा सामोरा जाईल? याचा विचारही करणे कठीण होते.

दुसरीकडे शिवाजी मात्र फार महत्त्वाच्या उमरावांपैकी एक बनला होता. एका उमरावाचा शाही पाहुणचार आणि एका राजकुंवरच्या राजवाड्यात त्याच्या देखरेखीखाली राहण्याची, उठण्याबसण्याची त्याची व्यवस्था केली होती.

परंतु दरबारात मात्र त्याला औरंगजेबाच्या समोर तहातील वचननाम्याप्रमाणे तिसरे नाही, तर चौथे स्थान दिले गेले. एका गद्दार, देशद्रोही उमरावाच्या खालचे स्थान दिले गेले; त्या स्थानाबाबत राजकुंवरला दोषी ठरवत त्याने खेद, उद्विग्नता व्यक्त केली.

'राजकुंवरने त्याच्या शाही तहातील वचननाम्यानुसार दिलेला शब्द राजपुतासारखा पाळला नाही. त्याने त्याचे स्वतंत्र असे राज्य उभे केले आहे, त्यामुळे तो त्या देशाशी गद्दारी करणाऱ्या उमरावांत बसणे पसंत करणार नाही,' असेही त्याने राजकुंवरला उघडपणे सांगितले. आणि विचलित न होता त्वेषाने उठत, आतापर्यंतचा तह संपला असे घोषित करत, दरबाराबाहेर निघून गेला.

तिसऱ्या रांगेत बसलेला एक उमराव गद्दार, देशद्रोही होता, हे त्याचे एक कारण होते. औरंगजेबाने काही वर्षांपूर्वी त्याला सैन्य देऊन शिवाजीविरुद्ध लढायला पाठवले होते. आणि तो पाठ दाखवून पळून आला होता. त्या वेळेपासून तो मोगलांचा एक भ्याड, घाबरणारा, पळपुटा, उमराव ठरला होता.

एक खलिता शिवाजीला लिहून, पोहोचवून आणि मिळाल्याची पोहोच घेऊन राजकुंवर आला होता. तसे पाहिले तर तो राजकुंवर, राजपूत व स्वधर्मावर विश्वास असणारा होता. या प्रांतात शिवाजीची छळवणूक होणार नाही, तो शिवाजीला त्रास देणार नाही, अशी ग्वाही त्याने दिली होती. शांततेचा करार करून शिवाजीला त्याने एकाअर्थी मुक्त केले होते. हे सर्व शिवाजीसुद्धा मान्य करत होता.

हे सर्व राजधानी दिल्ली-आग्र्यापासून फार दूर घडलेले होते. तरी शिवाजीला सुद्धा त्याची झळ पोहोचली होती, त्याचा परिणाम झाला होता. औरंगजेबाचा त्रास सहन करावा लागला होता. तो आता तर एका मित्रत्वाच्या बंधनात अडकला होता. ते 'मित्र' म्हणून एकमेकांशी बांधले गेले होते. जागृत अवस्थेत लढायचे किंवा निष्क्रियतेतून बाहेर येण्यासाठी युद्ध करायचे; परंतु खरोखर नेहमी असेच घडते. दोन्ही बाजूला काही लोक राहिलेले नाहीत. काहीच सरळ नव्हते आणि गठबंधनातही नव्हते.

शिवाजी दरबारात उघडपणे सरदार-उमरावांच्या देखत गर्जला होता. त्याच्यासमोर अयोग्य, नालायक उमराव त्याच्यावरच्या पदावर स्थानापन्न झालेले त्याने बघितले होते. त्यामुळे तहाची कागदपत्रे, करार रागाने त्याने औरंगजेबाला सुपूर्द केले. आणि त्याने क्लेशाने विचारणा केली की, 'मी एका देशद्रोह्यापेक्षा निम्न स्थानावर स्थानापन्न का व्हावे? किंवा तहातील वचननाम्याप्रमाणे का वागावे?'

औरंगजेबाला त्याच्या उमरावाकडून असले गर्वाचे शब्द ऐकायची सवय नव्हती. त्यातही या धर्महीन, काफीर दरोडेखोराची ही नाराजी सहन करायची नव्हती. चार

*सेवकांना सांगून त्याला नजरकैद केले. "पुढे काय करायचे त्याच्याबद्दल नंतर विचार केला जाईल." परंतु तो म्हणाला की, 'हा एक कैदी आहे!'*

*रीतीप्रमाणे शिवाजीने त्याचा मुलगा, संभाजीला समजावून सांगितले. मित्र रामसिंग याला संभाजीची आवश्यक ती काळजी घ्या, असे सांगून शिवाजी दरबारातून निघून गेला. त्याच्या सैन्यापासून अलग राहून आपल्या पलायनासाठी माध्यम शोधेल.*

*शिवाजी दररोज दरबाराला भेटी देण्याचे ढोंग करत होता. तेही रोज भेटी घेऊन त्याला भेटायला येत होते. त्या भेटी अतिशय प्रेमाने तो स्वीकारत होता. 'तो कधी अपमानित झालाच नाही वा नजरकैदेतच नाही,' असा त्याचा आविर्भाव होता.*

*त्याच्या इरादा बदलला होता. त्याने सांगितले, "माझी एक इच्छा आहे. पुन्हा मध्यस्थी करून बादशहाच्या मर्जीस उतरू आणि करारात दिलेले स्थान प्राप्त करू." त्याचे सेवक दररोज फळे व इतर वस्तू खरेदी करण्यासाठी बाजारात जायचे. ते भेटी ने-आण करण्यासाठी देशी दारूसाठी वापरतात ते मोठ्या लांबलचक झाकणाचे पेटारे वापरत होते. उमरावांना भेटी पाठवण्यासाठी, कधी झाकणासहित तर कधी बिना झाकणाचे पेटारे पाठवत. पहारेकऱ्यांकडून त्यांची पाहणी केली जात असे.*

*असे दोन-तीन महिने सुरू होते. पहारेकरी हे सर्व वेळ घालवण्यासाठी करत होते. प्रत्येक भेटीदरम्यान नेहमीसारखेच घडत होते. त्या महत्त्वाच्या दिवशी शिवाजीने आपल्या पुत्राला आगाऊ सावध केले. एक हेर पहारेकरी बनून बाहेर निघून जाण्याची तयारी करत असे! तसा हा समय निरीक्षणाचा होता. त्यानंतर त्याने अनेक दिवस आजारी असल्याचे आणि तापाने अंथरुणाला खिळलेला असल्याचे भासवले.*

*औरंगजेबाने शिवाजीचे तीन रक्षक-सेवक वगळता, औरंगजेबाने त्याला संगत करणाऱ्या, त्याच्याकडे विश्वासाने नोकरी करणाऱ्या त्याच्या मुस्लीम सहकाऱ्याला पहारेकरी म्हणून ठेवला होता. तो नजरकैदेत होता. परंतु इतरांनी ओळखले की, लवकरच तो नशेच्या आहारी जाणारा आहे. भांग किंवा गांजा हे नशेचे पेय ते त्याला एक ते दीड दिवस पाजत होते. त्याला फक्तच बेधुंद केले नाही, तर लांब डगलेवजा झगा घालून त्याला अंथरुणावर झोपवले.*

*तो एक रक्षक-अधिकारी होता. त्यामुळे त्याने कोणालाही संशय न येऊ देता, एका क्षणाचीही उसंत न घेता शिवाजीला 'पेटाऱ्यात बसा!' असा इशारा त्याने केला. त्याला पाहून तिघा सेवकांनी हात हलवून इशारा केला. एका ठिकाणाहून इशाऱ्यासाठी ढोल वाजवण्यात आला. तेथे त्याचा मुलगा होता. दिल्लीपासून पाच मैलांवर जवळपास हजार माणसे त्याची वाट पाहात होती.*

शिवाजीचा ताप तपासून जावा म्हणून एक उमराव वैद्याला घेऊन थोड्याच वेळात तेथे आला. परंतु शिवाजीला झोप लागली आहे, असे इशाऱ्यानेच त्याने सांगितले. तो पुन्हा बाहेर निघून गेला. तो आता दूर गेला असेल, असे समजून सेवक-रक्षक आत प्रवेश करण्यासाठी सरसावले. हीच वेळ होती, स्वतःसाठी सावध पवित्रा घेण्याची. कारण त्याचे स्वातंत्र्यही आता धोक्यात आले होते. मुस्लीम रक्षक-सेवकाला खोलीत तसाच एकटा सोडून जलदगतीने त्याने मार्ग पकडला.

तो मुस्लीम रक्षक जागा झाला. शिवाजीचे कपडे त्याच्या अंगावर होते. 'आपण अंथरुणात कसे झोपलो,' हे कळल्यानंतर तो आश्चर्यचकित झाला. शिवाजी व त्याच्या सेवकांपैकी एक जण तिथे हमखास असायचे. ते त्याला तिथे दिसले नाहीत. त्यामुळे त्याने शिवाजीवर पाळत ठेवत असल्याचा पवित्रा घेतला. स्वतःच्या नशेपायी शिवाजी निसटून गेला होता, हे त्याला जाणवले. तो तिथे फार वेळ थांबला नाही. त्याला खात्री पटली की त्याचे जीवन धोक्यात आले होते.

या सर्व गोंधळात माणसांनी फाटकाबाहेर तयारीत असलेले काही घोडे खिंकाळत असलेले पाहिले. दूरवर त्याचा शोध घेणे असंभव होते. औरंगजेब फार मोठी किंमत देऊन धडा शिकला होता. शिवाजी सफाईदारपणे निसटला होता. त्याने पलायन केले होते. औरंगजेबाने पाठलाग करण्यासाठी खास सैन्य पाठवले; परंतु तो पक्षी अगोदरच उडून गेला होता आणि त्याने त्याच्या पुत्रालाही झाकून नेले होते.

औरंगजेबाची माणसे (सैन्य) पुढील कारवाईसाठी हिंमत करत नव्हती. इकडे पुन्हा एकदा धूर्त कोल्ह्याचे कातडे पांघरून तो माणूस (औरंगजेब) राजधानीत परतला होता. गोडीगुलाबीचे आमिष दाखवून त्याने पुन्हा शिवाजीचा शोध घ्यायला सुरुवात केली. आणखी काही काळ तो धैर्याने, संयमपूर्वक वाट पाहत बसला.

'कदाचित त्याला तहातील वचनाप्रमाणे ते उमरावामधील तिसरे स्थान दिले असते, तर तो तावडीत सापडला असता, दुसरा उमराव अन्य ठिकाणी अधिकारी म्हणून नियुक्त करता आला असता. आणि रिक्त झालेल्या स्थानावर स्थानापन्न करून पुन्हा त्याचे स्वागत करता आले असते,' असा विचार त्याच्या मनात चमकून गेला.

परंतु दुसऱ्यांदा हे सारे घडवून आणण्यासाठी तो कोल्हा (औरंगजेब) आता खूपच म्हातारा झाला होता. 'औरंगजेब किती बेअक्कल, वरवर विश्वास ठेवू शकतो,' हेच यातून दिसत होते. कदाचित एकदा त्याला फसवल्यानंतर शिवाजीला पुन्हा कैदेत ठेवण्याचा सल्लाही त्याला दिला गेला असता. आता त्याच्याकडे बेईमानीचा नायनाट करण्यासाठी, विश्वासू माणसांसाठी वाट बघत बसण्यापेक्षा दुसरा पर्याय नव्हता.

*तद्नंतर शिवाजीने वेंगुर्ला त्याच्याकडून काढून घेतला. अनेक वर्षे अपार मेहनत करून, कितीही प्रभावी शत्रूला रोखून ठेवता येईल, असे ते ठिकाण बनवले.*

*उत्तरोत्तर शिवाजी मोठमोठ्या लढाया करून इतरांना मागे टाकत होता.*

*१६६७मध्ये गोवळकोंडा, सुरत आणि आणखी काही ठिकाणी चढाया करून तेथील कामगिऱ्या फत्ते केल्या. तेथे आपण (म्हणजे डच कंपनी) कार्यरत नव्हती म्हणून आपण निसटलो. १ जून १६८० रोजी शिवाजी मरण पावला. त्याच्यानंतर त्याचा पुत्र संभाजीने, आपल्या पित्याच्या दहनाला हजर राहू दिले नाही, म्हणून शिवाजीच्या चांगल्या मित्रांना आगीत होरपळून ठार मारले.*

*शिवाजीच्या या पुत्राने स्वतः प्रभावशाली विजापूर जिंकून घेतले. तेथील चोळामंडळ भागातील सीमेवरील राज्येही अतिशय अस्थिर केली. हे इ.स. १६८९पर्यंत चालले होते. संभाजी विरुद्ध खूप खेळी खेळल्या गेल्या; त्यात त्याचा दुर्दैवी शेवट झाला. त्याला लढाईत पकडले व कैदी बनवून, त्याची मान छाटून त्याचा अंत केला. हे टाळण्यासाठी त्याची माणसे काहीही करू शकली नाहीत.*

*संभाजीचा धाकटा भाऊ जो त्याच्यानंतर राजा झाला, तो राजाराम. पुद्दुचेरीपासून १५ मैलांवर असलेल्या 'जिंजी' या चढण्यास कठीण असलेल्या एक उंच डोंगरावर फकिराचा अंगरखा घालून दाखल झाला होता.*

*मोगल फौजेने या किल्ल्याला दोन वर्षे वेढा टाकला होता. इ.स. १६९२मध्ये औरंगजेबाचा मुलगा, राजपुत्र कामबक्षने तो वेढा उठवला. बहुतेक त्यानेही हार मानली असावी. हे पान म्हणजे हे प्रकरण अलंकारिकपणे लिहिले आहे. राजपुत्राबद्दल सर्वांत मोठ्या अफवेने, अतिशय मस्तीने, अन्याय सहमतीने समयोचित उलटून परतवले.*

*त्याला (औरंगजेबाला) तेथील लोकांना म्हणजे विदेशींना मुस्लीम धर्माकडे वळवायचे होते. एवढे पुरे नव्हते म्हणून की काय, आणखी जोरदार हल्ले करायचे होते. काही वेगळी अपेक्षा नसताना औरंजेबाला पूर्णतः भलत्याच निर्णयाप्रत जावे लागले. सर्व निर्णयांच्या विरुद्ध पुन्हा साहसाची सुरुवात करून स्वतः हजर राहून बारकाईने लक्ष देऊन, जसे पूर्वी केले होते. तसेच पुन्हा सैन्य उभे केले.*

*इ.स. १६९३ फेब्रुवारीमध्ये एक अगदीच तकलादू तह करून हे भयभीत शहर (जिंजी) सोडले.*

ꕤꕤꕤ

छत्रपती शिवाजी महाराज व शाहजहानचा तिसरा पुत्र मुरादबक्ष यांच्या शरीरयष्टीचे प्रमाण दर्शवणारी चित्रे एकमेकांसमोर दाखवून डच भाषेतील इतिहासाच्या पुस्तकात शिवाजी महाराज यांच्या तुलनेने लहान बांध्याचे प्रमाण अधोरेखित केले आहे.

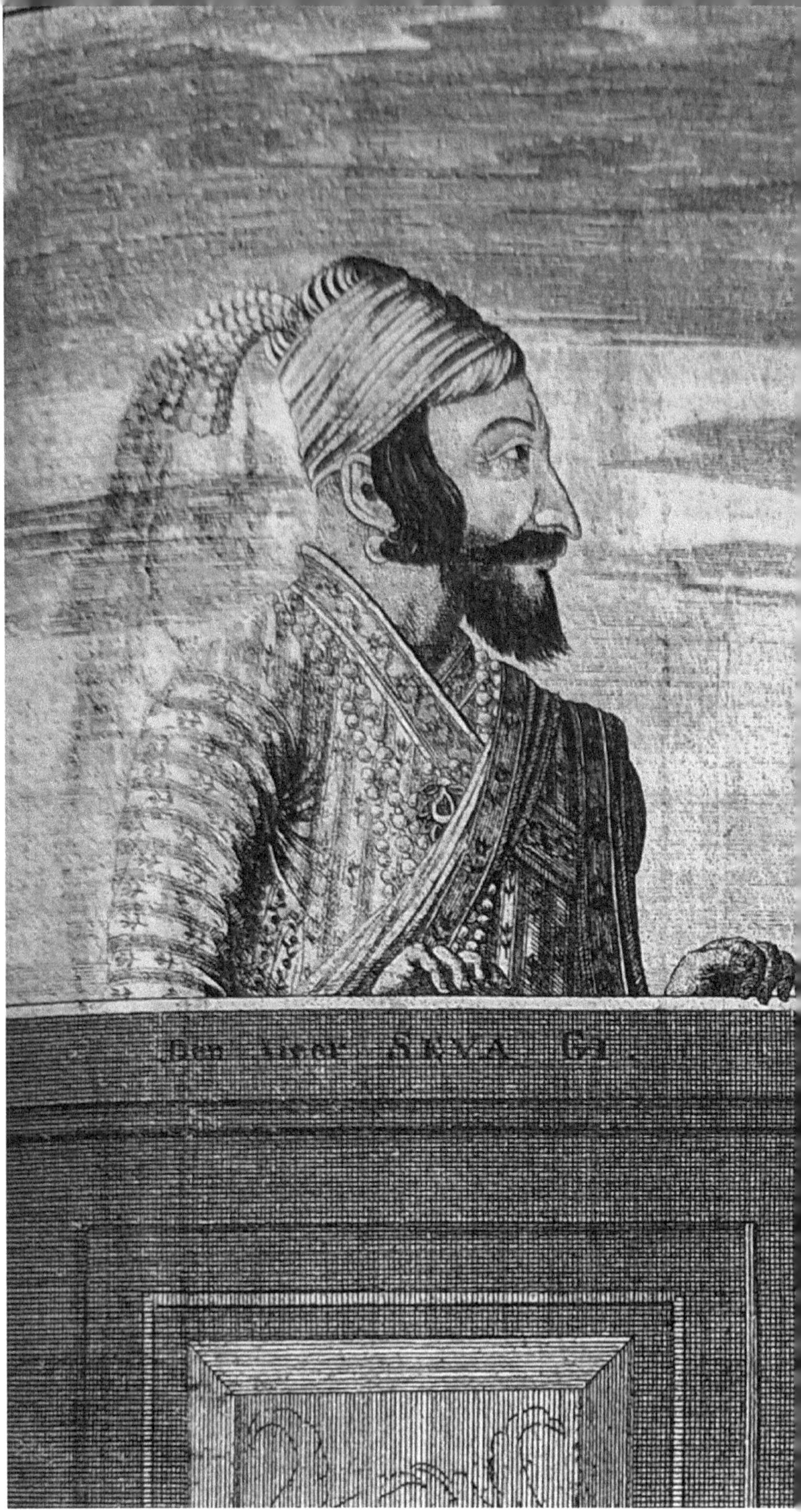

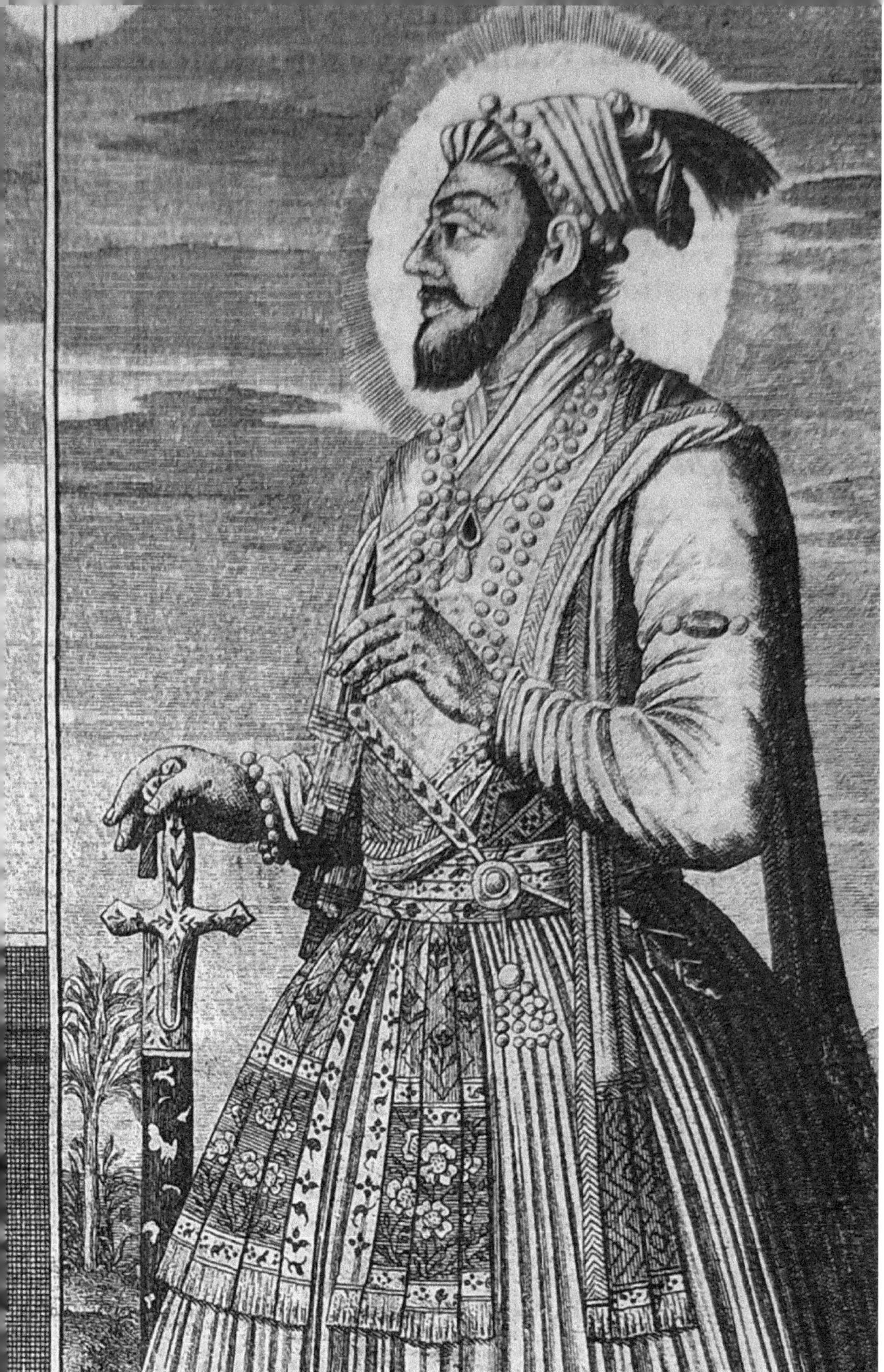

## छत्रपती शिवाजी महाराज व शहाजहानचा दुसरा पुत्र शाह शुजा याची लंडन येथील ब्रिटिश लायब्ररीतील लघुव्यक्तिचित्रे

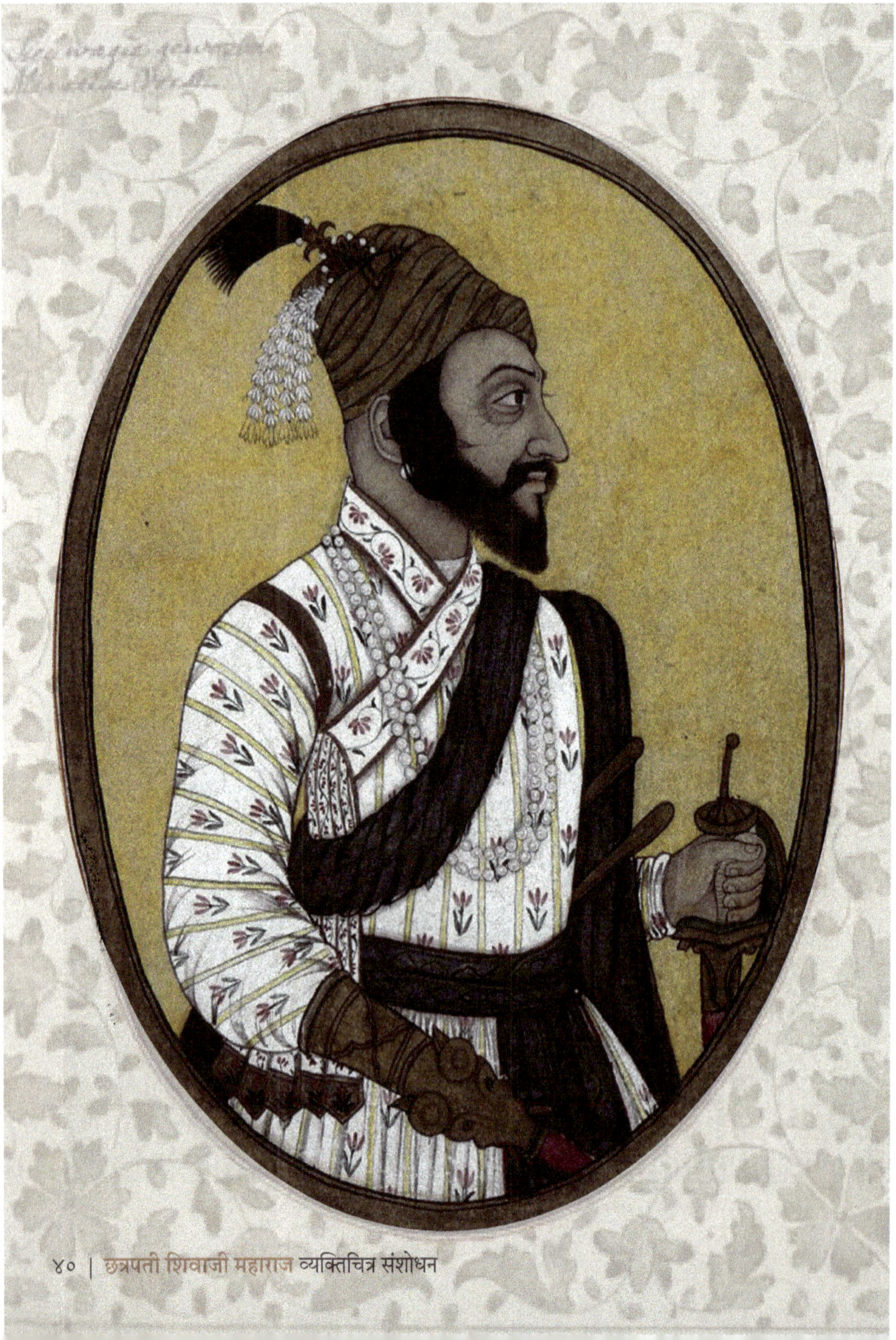

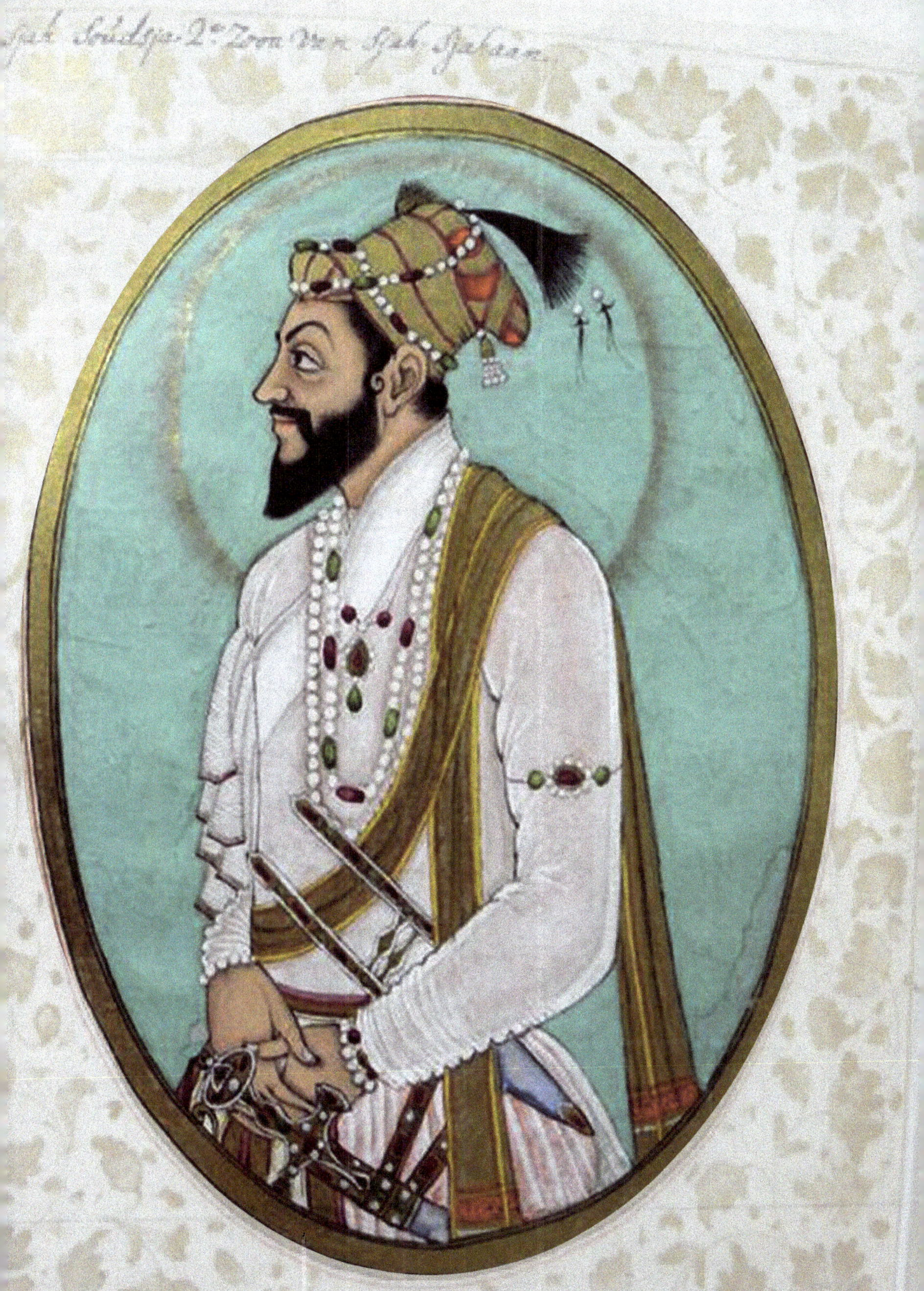

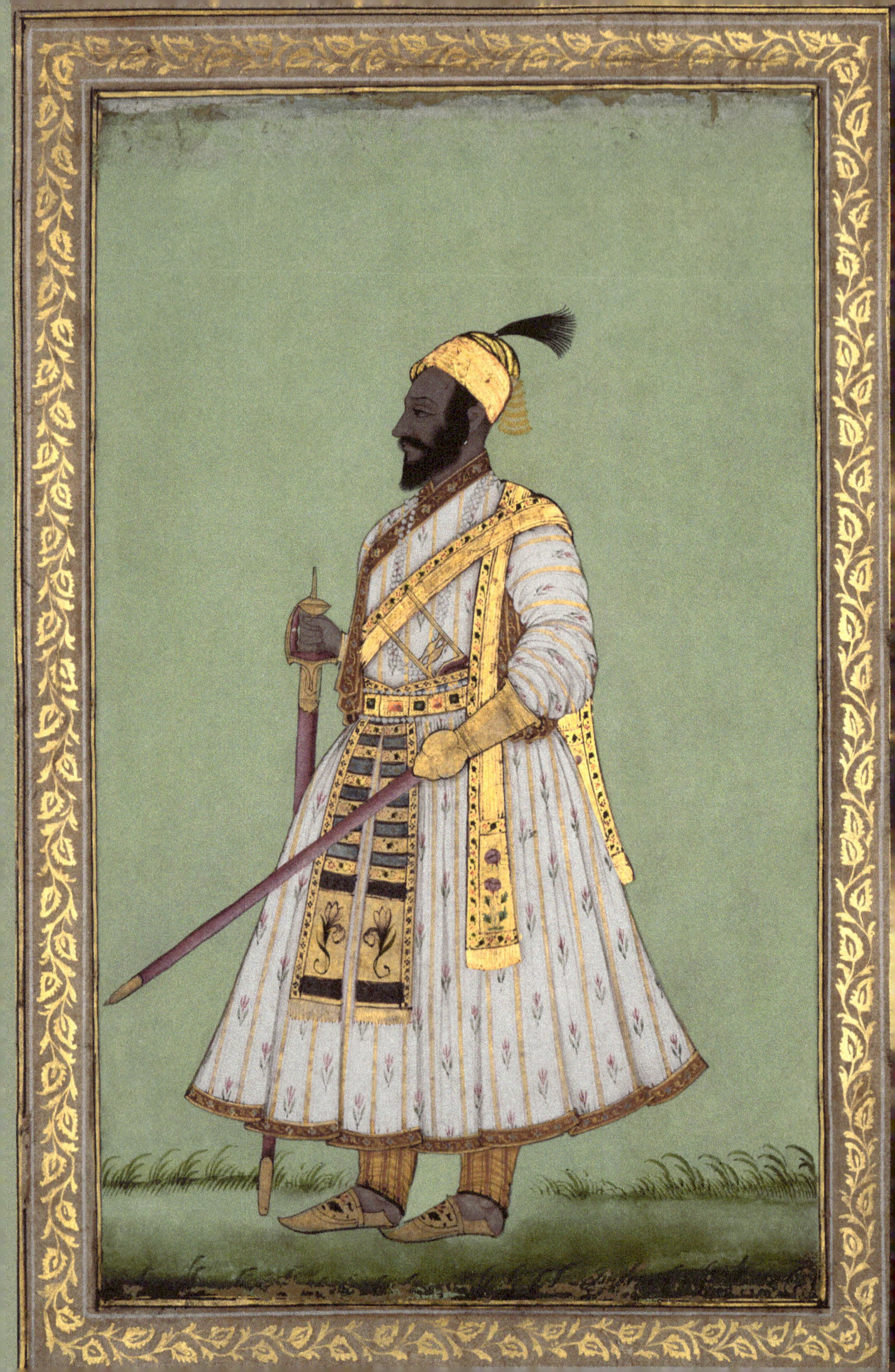

# छत्रपती शिवाजी महाराज व्यक्तिचित्र प्रतिमाशोध

छत्रपती शिवाजी महाराज यांच्या व्यक्तिचित्रांचा मागोवा घेण्यासाठी २००४मध्ये हॉलंडमधील 'रॉयल अर्काइव्ह'मध्ये मी गेलो होतो. 'रॉयल अर्काइव्ह' आणि 'रॉयल लायब्ररी' असे दोन विभाग आहेत. अर्काइव्हऐवजी लायब्ररीमध्ये जुन्या साहित्यकृतींचा संग्रह आहे. १७२७ला प्रकाशित केलेल्या फ्रान्सिस्कस व्हॅलेन्टाईन यांनी लिहिलेल्या सहाव्या खंडातील चौथ्या खंडात शिवाजी महाराज यांचा उल्लेख येतो. त्या खंडात दोन प्रकरणे आहेत.

सुरतमधील जागतिक व्यापार, ज्यात सर्व फिरंग्यांचा उल्लेख आहे. सुरत हे मोगलांचे व्यापारी बंदर होते. डच, इंग्रज, ग्रीक व अरब देशांचे व्यापारी सुरतमध्ये तळ ठोकून बसलेले असायचे. शिवाय डच लोकांचा व्यापार, सिल्कचे कापड तसेच मसाल्यांचा व्यापार यात प्रामुख्याने असायचा. त्या अंतर्गत फ्रान्सिस्कस व्हॅलेन्टाईन यांनी सविस्तर माहिती लिहिली आहे.

दुसरे प्रकरण Levens Der Mogols हे प्रकरण आहे. त्यात सर्व १२ मोगल बादशहांची माहिती आहे. तैमूरपासून औरंगजेबापर्यंत सर्वांची इतिहासवजा सविस्तर माहिती लिहिली आहे.

◀ मुंबईच्या छत्रपती शिवाजी महाराज वस्तुसंग्रहालयात पाहायला मिळणारे विजापूर येथील संग्रहातील चित्र

शिवाजी महाराजांचा 'सुरतेचा हल्ला' व 'आग्र्याहून सुटका' या दोन प्रसंगांचा उल्लेख इतिहासात सापडतो. जागतिक पातळीवर युरोपीय देशांमधील डच व फ्रेंच यांनी शिवाजी महाराजांचा आवर्जून उल्लेख केलेला आहे. खरे तर त्यांची दखल घेतलेली आहे. सतराव्या शतकात माध्यमांची आजच्यासारखी दखल घेण्याची पद्धत नव्हती. फक्त अभ्यासू आणि इतिहास लिहिणाऱ्या, तोही प्रामाणिक व्यक्तींच्या सदसद्विवेकबुद्धीला स्मरून लिहिलेला मजकूरच असायचा.

◀ छत्रपती शिवाजी महाराज वस्तुसंग्रहालयाच्या विश्वस्तांच्या सौजन्याने

सतराव्या शतकात मोगलांचे राज्य जगभरात आकाराने मोठे आणि समृद्धीने भरभराटीला पोहोचले होते. त्यामुळे त्या साम्राज्याकडे पाहण्याची जगाची वृत्ती वेगळी होती. अशा बलाढ्य साम्राज्याला विरोध करणारी व्यक्ती म्हणून शिवाजी महाराजांकडे पाहिले गेले. या दृष्टिकोनातून पाहिल्याने त्यांनी छत्रपती शिवरायांचा उल्लेख 'दरोडेखोर' किंवा 'लुटारू' म्हणून केलेला आहे. आपल्या अभिमानाचा मानबिंदू असणाऱ्या शिवरायांचा असा उल्लेख आपल्याला अर्थातच खटकतो. पण अभ्यासक संशोधक दृष्टीने मुळाबरहुकूम भाषांतर देणे अपरिहार्य आहे, हे आपण समजू शकतो.

१९३३मध्ये वा. सी. बेंद्रे यांनी न. चिं. केळकर यांच्या उपस्थितीत शिवाजी महाराजांचे एक रेखांकन असलेले पत्रक प्रसिद्ध केले. त्या पत्रकासोबत रेखांकनाची मुद्रित स्वरूपातील प्रतही प्रकाशित केली. त्यावर -

Copied from the painting secured by Von Valentine just after the Surat sack of 1654 AD, MACKENZI'E Collection Volume with kind permission from The India Office, LONDON. Published by Mr. V. S. BENDREY, Gaikwad Wada, 568, Narayan Peth, Poona-2.

असा मजकूर चित्रासोबत छापलेला आहे.

MACKENZI'E Collectionमध्ये असलेले चित्रच पुढे 'ब्रिटिश लायब्ररी'त जमा झालेले आहे. १९८८मध्ये 'इंडिया ऑफिस संग्रहालया'तील वस्तू, रेकॉर्ड्स, हस्तलिखिते, नोंदी या ब्रिटिश लायब्ररीकडे सुपूर्द करण्यात आल्या आहेत. वा. सी. बेंद्रे यांनी नक्कल केलेली प्रत फ्रान्सिस्कस व्हॅलेन्टाईन यांच्या पुस्तक छपाईसाठी तयार केलेले रेखांकन आहे. त्याची पुन्हा नक्कल करून ती भारतात प्रकाशित केली होती. खरे तर जनमानसात त्याच्या प्रती प्रसिद्ध नाहीत.

महाराष्ट्र सरकारच्या माहिती व जनसंपर्क खात्याकडून या रेखाटनाची शाहनिशा वा पाठराखण झाली नाही. माहिती व जनसंपर्क वा प्रसिद्धी खात्याने १९६२च्या दरम्यान 'राजकमल'मधील चित्रकार गोपाल कांबळे यांच्याकडून रेखाटनाच्या आधारे नवीन तैलरंगातील चित्रच प्रसिद्धीस दिले. त्याची प्रत सरकारी कचेऱ्यांमध्ये लावलेली आढळते.

वा. सी. बेंद्रे यांनी जी माहिती प्रसिद्ध केली, तीच मुळी चुकीची आहे. शिवाजी महाराजांच्या चित्रांचा मूळ डच चित्रकार वॉन व्हॅलेन्टाईन (Von Valentine) म्हणजे फ्रान्सिस्कस व्हॅलेन्टाईन हा नाहीच. सतराव्या शतकात जन्मलेला वॉन व्हॅलेन्टाईन हा ख्रिस्त धर्माचा अभ्यासक, इतिहासकार व लेखक होता. त्याचा जन्म १६६६मध्ये व १७२७मध्ये मृत्यू झाला होता. तो त्याच्या जीवनकाळात हॉलंडच्या 'ईस्ट इंडिया'

कंपनीत धर्मप्रसारक म्हणून कामाला होता. तो १६ वर्षे इंडोनेशियामधील वेगवेगळ्या बेटांवर वास्तव्यास होता. त्याच्या कार्यकाळात त्याने अनेक विषयांचा अभ्यास केला. त्याची लिखाणाची एक विशेष शैली होती.

इतिहास लिहिताना सर्व संबंधांपासून अलिप्त राहून सदसद्विवेकबुद्धीने प्रसंग लिहिणे. त्यांची काळानुरूप मांडणी करणे, हे आवश्यक असते. व्हॅलेन्टाईन लिखाणात सामान्यतः मोजकी वर्णने आहेत. ख्रिस्त धर्माचे व बायबलचे अभ्यासक असल्यामुळे नीती व धर्माची सांगड त्याच्या इतिहासलेखनात दिसते. शिवाजी महाराजांच्या जीवनासंबंधी त्याने जे लिहिले आहे, ते मराठीत भाषांतरित करताना हा अनुभव आला. भाषेची उत्तम जाण असलेला व हॉलंडचे ऐतिहासिक व्यक्तिमत्त्व म्हणून प्रसिद्ध असलेला व्हॅलेन्टाईन इतिहासकार होता, चित्रकार नव्हता.

वा. सी. बेंद्रे यांनी इंग्लिश इतिहासकारांच्या माहितीवरून त्यांची नोंद लिहिली होती, असे निदर्शनास येते. १७२७ला प्रकाशित झालेला डच भाषेतील सहा खंडांचा संग्रह, 'कॉलिन मॅकेन्झी कलेक्शन'मध्ये होता. कालांतराने हा संग्रह ब्रिटिश लायब्ररीत सामील झालेला आहे, ही  वस्तुस्थिती आहे. कॉलिन मॅकेन्झी याने डच इतिहासाचा अभ्यास केल्याचा व संदर्भ दिल्याचा उल्लेख आलेला आहे.

शिवाजी महाराजांचे व्यक्तिचित्र कशाप्रकारे हस्तांतरित झाले, याचा ऊहापोह करणे संशोधकांना समकालीन स्थितीत माहिती तंत्रज्ञानाच्या माध्यमातून शक्य आहे. देशोदेशीच्या वस्तुसंग्रहालयांची माहिती व त्यातील त्यांचा संग्रह संशोधकांना व अभ्यासकांना उपलब्ध आहे. इतर भाषा अवगत असलेल्या अभ्यासकांना त्यांच्या आवडत्या विषयांचा छंद जोपासण्यास हे माध्यम पूरकच ठरत आहे.

वा. सी. बेंद्रे यांच्या काळात मर्यादित साहित्य उपलब्ध होते. शिवाय इंग्लंड व हॉलंड यांच्यातील साहित्य व संस्कृती जपणारी माणसांची वैचारिक देवाणघेवाण चालत होती.

डोमेनी फ्रान्सिस्कस व्हॅलेन्टाईन याचे सहा खंड छापणाऱ्या प्रकाशन संस्थेने सर्व मोगल चित्रांचा संदर्भ लंडनमधील 'इंडिया हाऊस ऑफिस' या संस्थेकडून मिळवल्याचे नमूद केले आहे. ही प्रकाशन संस्था जोहान्स व्हॅन ब्राम (Johannes Van Bram) आणि जेरार्ड ओ'डोनेल (Gerard O'Donnell) या नावाने ओळखली जाते.

शिवाजी महाराजांची इतरही काही चित्रे ऐतिहासिक काळात प्रसिद्ध झाल्याची माहिती पुढे येत आहे. मात्र ही चित्रे भारतीय लघुचित्र शैलीत आहेत. ही चित्रे मोगलकालीन आहेत. शिवाजी महाराज औरंगजेबाच्या दरबारातून संतापून बाहेर पडलेल्या प्रसंगाची आहेत. तसेच मिर्झा राजे जयसिंग यांच्या पुरंदर तहातील शामियाना भेटीच्या वेळी परस्परांना भेटायला येण्याच्या प्रसंगाची आहेत. शिवाय इतरही काही

लघुचित्रे आहेत, ती उर्दू साहित्याच्या पुस्तकांमध्ये समाविष्ट केलेली आहेत. अर्थात उर्दूत औरंगजेबाच्या संदर्भातच शिवाजी महाराजांची माहिती व चित्रे चितारली आहेत. हा सर्व विषयच शिवाजी महाराजांच्या चरित्रात्मक अभ्यासाचा आहे. दृश्य माध्यमाचा अभ्यास करताना शिवाजी महाराजांच्या प्रतिमांचा अभ्यास करणे व संत साहित्यात संतांनी शब्दांतून चितारलेल्या दृश्यांचा मागोवा घेणे, ही माझी संशोधनाची पाऊलवाट बनली आहे. त्या अनुषंगाने केलेला हा अभ्यास आहे.

माझ्या समकालीन चित्रकारांनी शिवाजी महाराजांची चित्रे रेखाटली आहेत. त्यांच्या रेखाटण्याच्या वा चित्रित करण्याच्या तऱ्हा वेगवेगळ्या आहेत. चित्रकार स्वतंत्र व्यक्तिमत्त्वाचा असतो. त्याच्या मनातील कल्पनेप्रमाणे तो चित्र रंगवतो. एखाद्या महापुरुषाचे आपण चित्र रेखाटतो वा चित्रित करतो, तेव्हा काल्पनिक व संदर्भाहून काढलेल्या चित्रांची माहिती चित्रासोबत असणे फार महत्त्वाचे आहे. संदर्भांची माहिती जशी प्रबंध लिहिताना वा एखादा लेख लिहिताना लेखक जोडतो, तोच नियम चित्रकाराला असतो. मात्र चित्र वा शिल्प एक स्वतंत्र कलाकृती होते. त्याचा मालकीहक्क वा कॉपीराईट वेगळा होतो, त्यामुळे मूळ प्रतीला वा शिल्पाला बाधा पोहोचत नाही. मात्र समाजात वेगळे संदेश पोहोचतात.

अशाच प्रकारचा घोळ चित्रकार वासुदेव कामत यांच्या बाबतीत झाला आहे. शिवाजी महाराजांसारख्या व्यक्तिमत्त्वाचे चित्र काढताना, मालकी हक्क हा इतरांकडे जाऊ शकतो. परंतु चित्राचे कॉपीराईट जाऊ शकत नाहीत. ते चित्रकाराकडेच असतात. ऐतिहासिक कलाकृतींबाबत ठरावीक काळानंतर त्यांचे छपाईचे, प्रकाशित करण्याचे हक्क वेगळे होतात.

वेळोवेळी संशोधकांनी व अभ्यासकांनी अशा कलाकृतींबाबत जागृत राहून समाजाला मूळ चित्रांची व नक्कल केलेल्या चित्रांची ओळख करून द्यायला हवी. नाहीतर समाजात चुकीचा पायंडा पडतो. तो शिवाजी महाराजांच्या चित्राबाबतीत तर घडायलाच नको.

शिवाजी महाराजांच्या प्रतिमेवरून अनेक भ्रम आहेत. राजकीय, सामाजिक व्यक्तिमत्त्वे नेहमी आग्रहाने पुढाकार घेऊन सांगतात की, शिवाजी महाराजांचा स्वभाव असा होता. तर त्यांची बसण्याची पद्धत अशीच असायला हवी. हा मानवी मनाचा अहंकार चित्रकारावर लादून चित्र काढून घेतात. या प्रवृत्तीला समाजात स्थान नसावे. परंतु काही व्यक्ती जाणून-बुजून अशा दृश्याचा प्रभावीपणे वापर करतात. या गोष्टींचा निषेध व्हायला हवा. मी आजवर केलेल्या अभ्यासाची माहिती 'वैश्विक कला पर्यावरण' (वैश्विक आर्ट एन्व्हायर्नमेंट)मध्ये साठवून ठेवली आहे. 'वैश्विक कला पर्यावरणा'चे

महत्त्वाचे कार्य म्हणजे महाराष्ट्रातील संतांच्या कार्याची दृश्य स्वरूपातील माहिती, संतांच्या कार्याची तसेच समकालीन 'वारी'ची माहिती गोळा करणे, ही आहे. याच अंतर्गत शिवाजी महाराजांच्या प्रतिमांचा संग्रह उपलब्ध करून देणे, हा उपक्रम २००४ला सुरू झाला. त्यासाठी संशोधन व अभ्यास यांच्या आधारे मी वाटचाल करत आहे.

'वैश्विक कला पर्यावरणा'चे अंतिम ध्येय हे महाराष्ट्रात एक सुसज्ज प्रतिमांचे संग्रहालय व्हावे, हे आहे. त्याचा भविष्यात संपूर्ण देशाला फायदा व्हावा. नवीन पिढीला इतिहासाची व वेगवेगळ्या संप्रदायाच्या चित्रशैलीची दृश्य माध्यमातून ओळख व्हावी. अभ्यासकांना अभ्यास करण्याची संधी मिळावी, हे त्यांचे उद्दिष्ट आहे.

चित्रकलेमध्ये अनेक उपविभाग विकसित झालेले आहेत. सामान्य वाचक असो वा संशोधक असो, त्यांना समजायला द्विमित चित्र इतर चित्रांसारखेच वाटणे स्वाभाविक आहे. द्विमित चित्रामध्ये मूळ रेखाटन, छायाप्रकाशाचा रेखांकनाद्वारे आभास निर्माण करून तयार केलेले चित्र, छपाई माध्यमाद्वारे मुद्रित चित्र तयार केले जाते.

अठराव्या शतकात फोटोकॉपी पद्धतीद्वारे हुबेहूब, चित्राची नक्कल करणारी पद्धत विकसित झाली. एकोणिसाव्या व विसाव्या शतकात मुद्रण माध्यमात मोठ्या प्रमाणात बदल झाले.

वा. सी. बेंद्रे यांनी १९३३मध्ये जे शिवाजी महाराजांचे चित्र म्हणून प्रकाशित केले, ते मुद्रण (प्रिंट) माध्यमातील चित्र आहे. त्याची पुन्हा नक्कल केली, ती रेखाटन पद्धतीची असावी. विसाव्या शतकाच्या पूर्वार्धात ऑफसेट या छपाई तंत्राचा उपयोग मोठ्या प्रमाणात करण्यात आला. १८७५मध्ये आधुनिक ऑफसेट प्रिंटिंगचा शोध इंग्लंडमध्ये रॉबर्ट ले (Robert Luit) यांनी लावला. त्या अगोदर लिथोग्रीचा शोध १७९६मध्ये जर्मन लेखक व अभिनेता अलॉईस सेनेफिल्डर (Alois Senefelder) यांनी लावला. नाटकाच्या वा थिएटरच्या प्रसिद्धीपत्रकांसाठी स्वस्तात छपाई व्हावी, म्हणून ही पद्धत त्यांनी शोधून काढली.

या पद्धतीमध्ये छायाप्रकाशाची वैशिष्ट्यपूर्ण मांडणी विषयाभिमुख करता येते. त्यामुळे व्यक्तिचित्रणात विशिष्ट हावभाव चितारले जातात; म्हणण्यापेक्षा रेखाटले जातात. रेखाटनाव्यतिरिक्त १६४२मध्ये मेझोटिन्ट (Mezzotint) ही पद्धत शोधली होती. या पद्धतीत टोकदार सुईसारखा वा वजनदार धातूचा दाभणासारखा जाड, साधारण ५ ते ७ इंचाचा सद्यकाळातील जाड पेनाच्या आकाराचा, स्टीलसारख्या कठीण धातूच्या तुकड्यापासून तयार केलेल्या हत्याराचा वापर करतात. अणकुचीदार टोकाने धातूच्या पृष्ठभागावर दाब देऊन खोलगटपणा तयार केला जातो. त्यावर कमी-अधिक

प्रमाणात खड्डे पाडून पृष्ठभागावर शाईची मुद्रा तयार केली जाते. त्यातून जी प्रिंट तयार होते, तिला 'मेझो प्रिंट' म्हणतात.

याच पद्धतीत सुधारणा होऊन कोरण्याची कला म्हणजे 'एचिंग' (Etching) पद्धतीने ॲसिडद्वारे रेषा अधिक जाड करण्याची पद्धत मुद्रा चित्रात वापरात आली. उदाहरणार्थ, सोळाव्या आणि सतराव्या शतकातील प्रिंट.

## माध्यम

१५१५च्या आसपास कोरीव पद्धतीने चित्र रेखाटण्याच्या कलेचा शोध युरोपात लागला. अर्थात कोरीव कामातील चित्र म्हटल्यानंतर भारतीय कला रसिकाला एक वेगळीच चित्रमाला डोळ्यांसमोर उभी राहाते. कारण इथे कोरीव काम दगडात झाले आहे. ते त्रिमित पद्धतीने झाले आहे. इथे ज्या पद्धतीबद्दल माहिती देत आहे, ती 'एचिंग' (Etching) मुद्रणाबद्दल आहे. द्विमित कोरीव पद्धतीत कोरण्यातून आलेल्या रेषांची वा बिंदूंची मांडणी एकाच रंगामुळे किंवा अनेक रंगामुळे व्यक्तिचित्राचा छायाप्रकाशित आभास निर्माण करतात. तसेच ते चित्रकाराच्या हस्तनिर्मित कलाकृतीचा ठसा उमटून आलेल्या मुद्रेचे मुद्रित चित्र निर्माण करते. अर्थात मुद्रित चित्र आणि मूळ चित्र यांच्यामध्ये एक माध्यम येते. ते धातूच्या पत्र्यावर काढलेले असते. या माध्यमाची रसिकांसमोर मांडणी व प्रदर्शन होत नसल्यामुळे सामान्य दर्शकाला कोणत्या पद्धतीचे चित्र आहे, हे समजत नाही.

'मुद्रण' ही कला विसाव्या शतकात स्वतंत्र कला म्हणूनच पाहिली गेली. पुन्हा ती व्यावसायिक कलेचा विषय बनली आहे. त्यामुळे इतिहासातील संशोधन करताना दृश्य माध्यमाचा पुरावा सादर करताना उद्भवलेल्या उपशंकांचे निरसन होणे, फार गरजेचे आहे.

दृश्य-पुरावे महत्त्वाचे असतात. त्याच्या पद्धतीही फारच महत्त्वाच्या आहेत. डिजिटल पद्धतीत तर फारच गुंतागुंतीचे झाले आहे. प्रत्येक 'डिजिटल'मध्ये फेरफार करून मूळ चित्राचा आभास बदलता येतो. तो आकारात व रंगात तसेच छायाप्रकाशाच्या कमी-अधिक प्रमाणातसुद्धा फरक करून पुराव्यात फेरफार करता येतो. मूळ पुराव्यापासून फारकत घेऊन नवीन पुरावा निर्माण करण्याइतपत घातक ठरू शकते. मराठी इतिहासातील 'टाईपोग्राफिक' फेरफार सर्वज्ञात आहे. 'ध' चा 'मा' झालेला पाहिला आहे. त्याचा परिणाम भोगला आहे. त्याचे पारिपत्यही अनुभवले आहे.

शिवाजी महाराजांच्या मूळ ऐतिहासिक चित्राचेही असेच होत नाही का? आज महाराष्ट्र विधानभवनात लावलेले शिवाजी महाराजांचे व्यक्तिचित्र गोपाल कांबळे यांनी चित्रित केले आहे. त्यातील छायाप्रकाश व आकार असेच बदलले गेले आहेत.

वासुदेव सीताराम बेंद्रे ▶
(वा. सी. बेंद्रे)
१८९४-१९८६

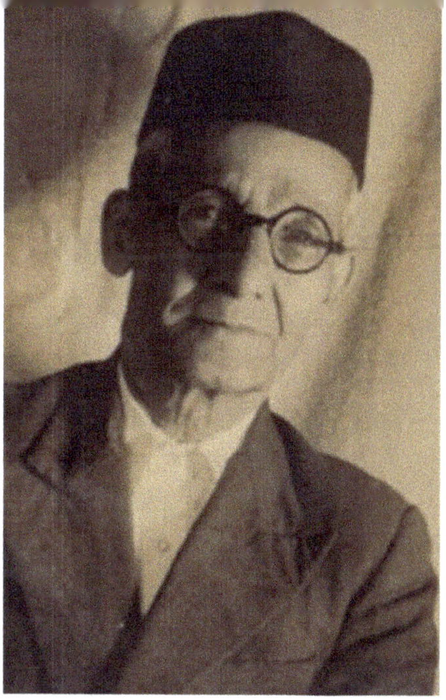

वा. सी. बेंद्रे यांनी शोधून आणलेले मूळ चित्र हे रेखाटन पद्धतीतील आहे. त्यासाठी वापरलेले संदर्भचित्र हे गोवळकोंड्यातील दरबारातील चित्रकाराने काढलेले आहे. १७२७ला प्रकाशित झालेल्या डच इतिहासकार फ्रान्सिस्कस व्हॅलेन्टाईन यांच्या Levens Der Groote Mogols या प्रभागात शिवाजी महाराजांची प्रिंट १४८ पानांवर छापली आहे. ती 'एचिंग' (Etching) पद्धतीने छापलेली मुद्रा आहे. बेंद्रे यांनी १९३३ला जे चित्र सादर केले, ते तैलचित्रासहित केले आहे.

हॉलंडच्या मुद्राचित्रावरून एक तैलचित्र चितारले आहे. त्यात प्रमाणाची मांडणी विस्कळीत झाली आहे. त्यामुळे त्या व्यक्तिचित्रात शिवाजी महाराज वयोवृद्ध असल्यासारखे दिसत आहेत. शिवाजी महाराजांचे गोवळकोंड्याचे जे जलरंगातील व्यक्तिचित्र आहे, ते नोंदणी पद्धतीप्रमाणे १६८०-८७ या काळातील असावे, अशी नोंद झाली आहे.

शिवाजी महाराजांचा मृत्यू ५२व्या वर्षी झाला. साधारणतः पुरुषाच्या तारुण्यातील चेहऱ्यावरील खाणाखुणा, गालाचा उंच-सखलपणा हा पस्तिशीत  असल्यापासून सारखाच राहतो. ५५व्या वर्षापासून कपाळाचा विशालपणा, केसांचा म्हणण्यापेक्षा कवटीचा आकार बदलण्यास सुरुवात होते.

वयाच्या ५० ते ६० या टप्प्यात पुरुषाच्या चेहऱ्याच्या ठेवणीत बदल जाणवतात. या अंगाने विचार केल्यास जे मूळ चित्र उपलब्ध आहे ते पन्नाशीचे समजणे योग्य वाटते.

# विजापूर दरबारातील लघुव्यक्तिचित्र

शिवाजी महाराजांची सतराव्या शतकात चित्रित केलेली लघुचित्र शैलीतील चार व्यक्तिचित्रे आजमितीला उपलब्ध आहेत. पहिले व्यक्तिचित्र दख्खनी शैलीतील विजापूर दरबारातील १६७५मध्ये चित्रित केलेले व्यक्तिचित्र, मुंबई येथील 'छत्रपती शिवाजी महाराज वस्तुसंग्रहालया'त आहे.

दुसरे चित्र गोवळकोंडा दरबारातील कलाकाराने लघुचित्र शैलीतच रेखाटून रंगवलेले आहे. हे चित्र विजापूर दरबारातील लघुचित्र शैलीतील रंग पद्धतीने रंगवलेले नाही. त्याची रंगवण्याची पद्धत वेगळी आहे. ती वेगळ्या पद्धतीने कशी आहे, याचे विवेचन पुढे केले आहे. विजापूर व गोवळकोंडा येथील राजकीय घडामोडींचा काळ सादर करून या चित्रांची कालपरत्वे वेगवेगळ्या मालकी हक्काची वाटचाल कशी झाली असेल, याची शक्यता वर्तवली आहे.

विजापूर येथील चित्र मुंबईच्या छत्रपती शिवाजी महाराज वस्तुसंग्रहालयात पाहावयास मिळते. दख्खनी शैलीमधील हे चित्र पूर्णाकृती शरीराचे रेखाटन करून रंगवलेले आहे.

आयताकृती कागदावर ते चित्रित केलेले आहे. कागदाचा आकार २३.५ × ३६.६ सें.मी. इतका असून चित्र १४.५ × २२.३ सें.मी. इतके रंगवलेले आहे. यामधील चित्रातील चेहरा पश्चिमेकडे तोंड करून आहे. उजव्या हातात तलवार पकडून कागदाच्या डाव्या बाजूकडे डाव्या हातात दांडपट्टा तिरका धरलेला आहे. दोन्ही पाय जवळ ठेवून व्यक्तिचित्राची उभी मांडणी केलेली आहे.

अंगरखा लांब आहे. घोट्यांपर्यंतचा पेहराव आहे. कंबरेला शेला बांधलेला आहे. शेल्यावर धातूचा कंबरपट्टा बांधलेला आहे. खांद्यावरून एक शेला उजव्या बाजूला काखेखाली गाठ मारून बांधलेला आहे. डाव्या बाजूला कंबरेला बांधलेल्या शेल्यात मुठीत कट्यार खोचलेली आहे. चित्रातील देहाचे प्रमाण चित्रकाराने स्थूल आकारात रंगवले आहे. चेहरा प्रमाणापेक्षा लहान आहे. कंबरेचा आकार आणि अंगरख्याचा घोळ आकाराने फारच मोठा वाटतो. त्याचे कारण हे चित्रकाराच्या हातोटीचा भाग असू शकतो. चित्रात चेहरा रंगवणारा कलाकार आणि शरीरयष्टी आणि कपडे रंगवणारा कलाकार वेगळा असतो, तसेच पोर्ट्रेटच्या शेजारची नक्षीकाम करणारा कलाकार ही निराळा असतो.

युरोपियन चित्रकारांप्रमाणे लघुचित्रांची प्रमाणबद्धता आणि मोगलकालीन व दख्खनी कलाकारांध्ये हुबेहुब चित्र रंगवण्याच्या शैलीत फरक दिसतो. त्यात मुस्लीम सरदारांची देहयष्टी चित्रित करण्याच्या सवयीप्रमाणे विजापूर दरबारातील कलाकारांची हातोटी याही व्यक्तिचित्रात लपलेली नाही. त्यामुळेच शिवाजी महाराजांचे व्यक्तिचित्र रंगवताना कलाकाराच्या आकार रेखाटण्यामध्ये तोच तोपणा उतरला व शरीर प्रमाणबद्धता इतर चित्रांसारखीच चित्रात उतरलेली दिसते आहे.

दख्खनी शैलीतील चित्रकार इतर उत्तर भारतीय शैलीप्रमाणे चित्र रेखाटण्याची हातोटी दाखवत नाहीत.

उदाहरणार्थ, राजपूत लघुचित्र शैली, मोगलशैली वा कांग्रा शैलीतील व्यक्तिचित्रण यात सफाईदारपणा, सुरेखपणा आहे. शिवाय डोळ्यांखालील भागात दोन रेषांचा अंतर्भाव आहे. तसेच आणखी दोन रेषा डोळ्यांच्या पश्चिम भागात दर्शवल्यामुळे वयाची साठी ओलांडल्यावर जसे डोळे दिसतात, तसा भास गोवळकोंडा येथील चित्रात दिसतो.

# चेहरा आणि पेहराव यांतील फरक

ब्रिटिश म्युझियममधील व्यक्तिचित्र हे १४.७ सें.मी. × ७ सें.मी. आकाराचे आहे. कागदाचा आकार १७.३ सें.मी. × ८.२ सें.मी. आहे. कागदावर चित्र रेखाटताना चित्रकार डाव्या बाजूने चेहरा पाहत आहे, म्हणजे कागदाच्या पूर्वबाजूकडे तो पाहत आहे. ही स्थिती विजापूरच्या दख्खनी लघुचित्राच्या विरुद्ध आहे. या पद्धतीने चित्र रेखाटल्या व रंगवल्यामुळे उजव्या हातात दांडपट्टा आहे. कट्यार मात्र डावीकडेच खोचलेली दाखवली आहे. त्यामुळे शिवाजी महाराज दांडपट्टा नेमक्या कोणत्या हाताने चालवत यावर प्रेक्षक वा अभ्यासक साशंक होतो. याबाबतचे वर्णन आतापर्यंत उपलब्ध झालेले नाही किंवा तशी समीक्षा आजवर करण्यात आलेली नाही.

दोन्ही चित्रांत अंगरखा एकाच नक्षीचा असल्यामुळे गोवळकोंड्याचे व्यक्तिचित्र हे कलाकाराने विजापूर चित्राची नक्कल केली आहे, असेच जाणवते; परंतु नक्कल करताना ट्रेसिंग पेपर उलटा करून चित्र रंगवले असा भास होतो. पण कट्यार खोचण्याच्या बाजू योग्य दाखवल्यामुळे शिवाजी महाराज उजव्या हातानेच तलवार चालवत असणार. डाव्या बाजूने कट्यार असेल, तर उजव्या हाताने ती झटपट हातात यावी, अशी योजना असते.

गोवळकोंड्याच्या व्यक्तिचित्रात अंगरख्यावरील नक्षी एकसारखी असली, तरी गळ्याच्या भोवती जी पट्टी आहे ती वेगळी आहे. विजापूर दख्खनी शैलीतील व्यक्तिचित्रात लाल रंगाची पट्टी अंगरख्याच्या शेवटी व गळ्याभोवती आहे. गोवळकोंड्यामधील व्यक्तिचित्रात समोरच म्हणजे पांढरा अंगरखा व त्याला बॉर्डर आहे, तीही पांढरीच आहे. त्यावर मोगल पद्धतीची वेलबुट्टी काढली आहे.

दोन्ही चित्रांत अंगरख्याची गाठ ही उजव्या काखेकडील बाजूला आहे. जशी बाराबंदीची गाठ ही डाव्या काखेकडील बाजूला येत असते, तशी ती नाही. गोवळकोंड्यातील इतर सरदार वा शाह शुजाचे व्यक्तिचित्र पाहिल्यावर सर्व मुस्लीम सरदारांची अंगरखा बांधण्याची पद्धत ही उजव्या बाजूलाच आहे, असे दृष्टीस येते.

खांद्यावरील शेला उजव्या काखेतून घेऊन डाव्या खांद्यावरून मागे टाकणे, तसाच उजव्या काखेतून मागून पाठीवरून दुसरा सोगा डाव्या खांद्यावरून छातीवर ओढून कंबरेखालील बाजूपर्यंत लोंबकळत ठेवणे, या पद्धतीने दोन्ही व्यक्तिचित्रांत दाखवला आहे. कंबरेला बांधलेला शेला हा मधोमध दोन्ही पायांच्यामध्ये लोंबकळत

गुडघ्याच्या खालपर्यंत आहे. त्यावर धातूचा कंबरपट्टा बांधलेला आहे. तो फक्त विजापूर दख्खनी पद्धतीच्या व्यक्तिचित्रात दाखवला आहे. गोवळकोंडा दख्खनी चित्रात तो दाखवलेला नाही.

अंगरख्याच्या हाताच्या बाह्या सामान्यपणे लांब आहेत. त्यांच्या लांबलचकपणामुळे खांद्यापासून दंड ते मनगटापर्यंत त्याच्या अनेक घड्या घोळदार झाल्या आहेत. दांडपट्याच्या मुठीवरील आवरणात हाताच्या बाह्या मागे सरकल्या आहेत. त्या कोपरापर्यंत मागे गोळा झालेल्या दिसतात.

मुख्य फरक हा डावा वा उजवा असा आहे. दोन्ही व्यक्तिचित्रांकडे पाहिल्यावर संभ्रम निर्माण होतो. विजापूर दख्खनी शैलीतील शिवाजी महाराजांचे चित्र हे चित्रकाराने महाराजांच्या डाव्या बाजूला बसून काढलेले आहे. ते योग्य वाटते. गोवळकोंड्याचे व्यक्तिचित्र पाहिल्यावर ते काल्पनिक असावे, असे म्हणावेसे वाटते. कारण चित्राभोवती लंबवर्तुळाकार आकार रेखाटला आहे. तसेच लंब वर्तुळाच्या बाहेर सोनेरी रंगाने नक्षीकाम केलेले आहे. त्या चित्रासोबत गोवळकोंडा दरबारातील आणखी काही चित्रेही उपलब्ध आहेत. ती एकाच आकाराची आहेत व एकाच शैलीत तयार केली आहेत. ब्रिटिश म्युझियममधे ती १९.१ सें.मी. × १०.७ सें.मी या आकाराच्या अल्बममध्ये ठेवलेली आहेत. तो अल्बम २६ भारतीय राजपुत्रांच्या व्यक्तिचित्रांचा आहे.

औरंगजेबाने १६८७मध्ये कुतुबशाही नेस्तनाबूत केल्यावर त्या दरबारात असलेले दस्तऐवज व इतर मौल्यवान वस्तू कशा व कोठे पोहोचल्या, याचा काही एक थांगपत्ता लागला नाही. तसेच गोवळकोंडा येथील हा चित्रांचा संग्रह इंग्रज अधिकाऱ्याच्या ताब्यात कसा मिळाला, हेसुद्धा समजत नाही. हॉलंडच्या ईस्ट इंडिया कंपनीचा इतिहास १७२७मध्ये लिहिला गेला. त्यात तेथील इतिहासकार व डोमेनी फ्रान्सिस्कस व्हॅलेन्टाईन यांनी एका खंडात 'मोगल साम्राज्यातील राहणीमान', यावर लिहिले. त्यात मोगलकालीन मुख्य व्यक्तींची वर्णने आहेत. त्या वर्णनांसोबत व्यक्तिचित्रांची रेखाटनेही छापली आहेत. त्या खंडामध्ये शिवाजी महाराजांबाबत अडीच पान माहिती डच भाषेत लिहिली आहे. त्यासोबतच शिवाजी महाराजांचे व्यक्तिचित्र रेखाटले आहे.

हेच रेखाटन इतिहासकार वा. सी. बेंद्रे यांनी १९३३मध्ये मुंबईत प्रकाशित केले होते. १७२७ला प्रकाशित झालेल्या या खंडांमधील चित्रांचे नमुने, मी फोटोकॉपी करून एक प्रत 'भारत इतिहास संशोधक मंडळा'ला भेट दिली होती.

संपूर्ण इतिहास डच इतिहासकारांनी प्रथम लिहिला. तद्नंतर फ्रेंच व ब्रिटिश यांनी प्रकाशित केलेला आहे. ब्रिटिश ईस्ट इंडिया कंपनी ही डच ईस्ट इंडिया कंपनीपेक्षा वेगळी

होती. सर्वांत अगोदर डच ईस्ट इंडिया कंपनीचा इतिहास लिहून तो १७२७ला प्रकाशित केला आहे. त्याचेच संदर्भ (रेफरन्स) फ्रेंच व ब्रिटिश इतिहासकारांनी भारताबाबत वापरले आहेत. शिवाय या मुख्य प्रतीमध्ये प्रतिमांची उत्तम प्रकारे छपाई केलेली आहे. इतर कोणत्याही देशाच्या ऐतिहासिक दस्तऐवजामध्ये हे पाहावयास मिळत नाही.

इथे सांगण्याचा मुद्दा असा की, संकलकांच्या कलाने कलाकारांच्या प्रतिभांद्वारे इतिहासातील व्यक्तीची व्यक्तिचित्रे मिळवून त्यावर पुस्तकात चित्र रेखाटणे हे काम हॉलंड व जर्मन देशांतील मुद्रण व्यवसायात यथायोग्य झालेले आहे. मुद्रणकलेचे उत्तम नमुने तेथील 'नॅशनल अर्काइव्ह'मध्ये (National Archives) पाहावयास मिळतात.

गोवळकोंड्याच्या स्वारीत औरंगजेबाने शिया-मुस्लिमांचे राज्य नेस्तनाबूत केले. तसेच विजापूर दरबारही संपवला. या दोन्ही राज्यांवर शिवाजी महाराजांचा वचक होता व मैत्रीपूर्ण सलोखाही होता. गोंवळकोंड्याच्या कुतुबशहाने शिवाजी महाराजांच्या कर्तृत्वाची दखल १६७७ला नजराणे देऊन व स्वत: भेटीला येऊन केलेली होती. मोगल व कुतुबशाहीचे वैर पूर्वापार चालत आलेले होते. औरंगजेब पूर्ण हिंदुस्थान जिंकण्याच्या इर्षेने दक्षिणेत उतरला होता.

त्यात १६८०मध्ये शिवाजी महाराज कालवश झाले. राज्याभिषेक सोहळा होऊन स्वराज्य स्थापित झाले होते आणि संस्थापक कालवश झाला होता. प्रजा लढत होती. राज्यकारभारात नेहमीप्रमाणे रस्सीखेच झाली होती. मराठ्यांच्या हिंदू स्वराज्याला अपशकुनांनी घेरले होते. संभाजी महाराजांनी शौर्याने परिस्थितीला तोंड दिले होते. मराठेशाहीला मदत पुरवणाऱ्या आदिलशाहीला व निजामशाहीलाच औरंगजेबाने लक्ष करून नेस्तानाबूत केले. याच काळात डच, फ्रेंच, इंग्रज भारतात मोगलांसोबत व्यापार करत होते अन् राज्यकाराभारात इकडे-तिकडे लुडबूड करत होते.

कुतुबशाही खालसा झाल्यानंतर तेथील दस्तऐवज व मौल्यवान वस्तूंचा ठेवा ब्रिटिश लायब्ररीत कसा पोहोचला असेल, याची कल्पनाच केलेली बरी. १६८७ ते १७२७ हा चाळीस वर्षांचा काळ. अर्थात याच काळात भारतातील राज्यसत्तांध्ये सर्वांत महत्त्वाचे बदल झाले. मोगल कमकुवत झाले. त्यापूर्वी मोगलांनी दोन मुस्लीम राज्यांचा नायनाट केला. त्यात मराठेशाहीने ताकद वाढवली. सर्वच लुटालूट आणि पळवा-पळवी असाच हा काळ म्हणावा लागेल. त्यात युरोपिअन देशांची सत्ता वाढवण्याची लालसा वाढलेली होती. त्यामुळेच अनेक सांस्कृतिक वारशांची मोठ्या प्रमाणात वाताहत व्हायला सुरुवात झाली होती. गोवळकोंड्यातील दरबारी दस्तऐवजात असलेले शिवाजी महाराजांचे हे व्यक्तिचित्र ब्रिटिशांच्या ताब्यात कसे गेले, हा एक मोठा संशोधन करण्याचा विषय आहे.

कॉलिन मॅकेन्झी (Colin Mackenzie) या गृहस्थाकडे हा व्यक्तिचित्रांचा अल्बम होता. तो त्याच्या मृत्यूनंतर त्याची पत्नी, पेट्रोनेलाने बंगाल सरकारच्या ब्रिटिश गव्हर्नरला विकला. त्यानंतर तो ब्रिटिश लायब्ररीला भेट दिला, अशी नोंद ब्रिटिश म्युझियममध्ये आहे.

ब्रिटिश म्युझियममध्ये येण्यापूर्वी ब्रिटिश लायब्ररीमध्ये ही चित्रे होती. परंतु १७२७ला ती हॉलंडमधील प्रकाशन संस्थेला उपलब्ध झाली होती. याच व्यक्तिचित्रांवरून डच ईस्ट इंडिया कंपनीचा इतिहास छापला. त्यात संदर्भ प्रतिमा घेतलेल्या आहेत. निकोलस विट्सन (Nicholas Witsen)चा अल्बमही १६९२नंतर हॉलंडमध्ये उपलब्ध झाला होता. नंतर याच चित्रांवरून फ्रान्स, जर्मनी, रशिया येथील त्यांच्या नकला काढून शिवाजी महाराजांच्या प्रतिमा संग्रहित केल्या. गोवळकोंड्याच्या शिवाजी महाराजांच्या व्यक्तिचित्रावरून युरोपिअन देशात नकला तयार करण्यात आल्या. विजापूरमधील दख्खनी शैलीतील लघुव्यक्तिचित्र भारतातील संग्रहात राहिले. त्यामुळे त्याचा प्रचार आणि प्रसार कमी झाला. जे अभ्यासक, इतिहासकार शिवाजी महाराजांच्या प्रतिमेचा शोध घेतात, त्यांना प्रथम फ्रान्स आणि ब्रिटन येथेच तो शोधण्याचा मोह होतो. 'प्रिन्स ऑफ वेल्स म्युझियम'मधील हे चित्र कुणाकुणाच्या वैयक्तिक संग्रहातून पुढे आले आहे, हे माहीत होणे जरुरीचे आहे. त्याचा इतिहाससुद्धा प्रसिद्ध नाही. खरे तर या सर्व नोंदी ठेवण्याची सवय इंग्रज अधिकाऱ्यांनीच वाढीस लावली आहे.

दोन्ही व्यक्तिचित्रांपैकी दख्खनी शैलीतील विजापूर दरबारातील व्यक्तिचित्र शिवाजी महाराजांचे महत्त्वाचे संदर्भ चित्र आहे, हे अभ्यासाअंती सिद्ध होते.

छत्रपती शिवाजी महाराज
यांच्या चार मुख्य
लघुव्यक्तिचित्रांमधील
**चेहऱ्यातील फरक**

विजापूर ▶

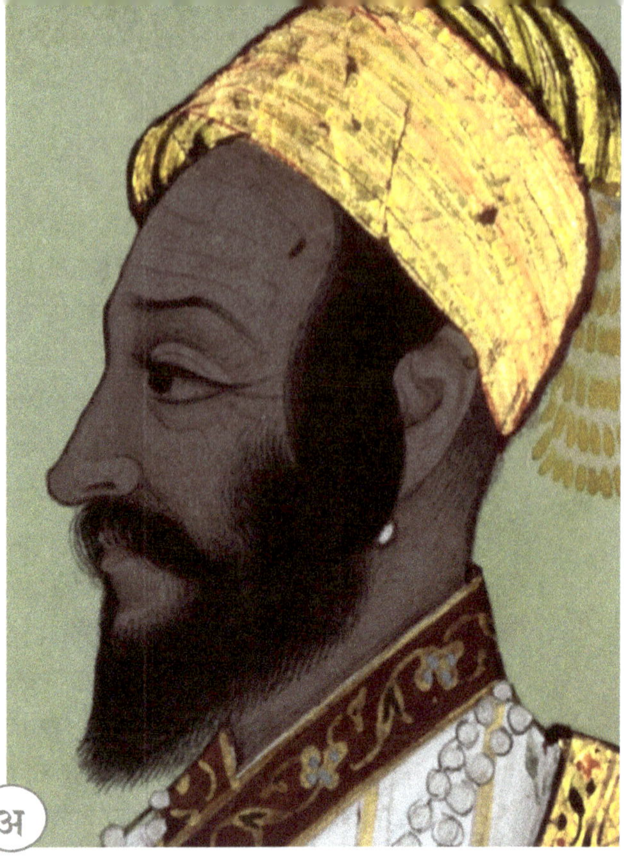

अ

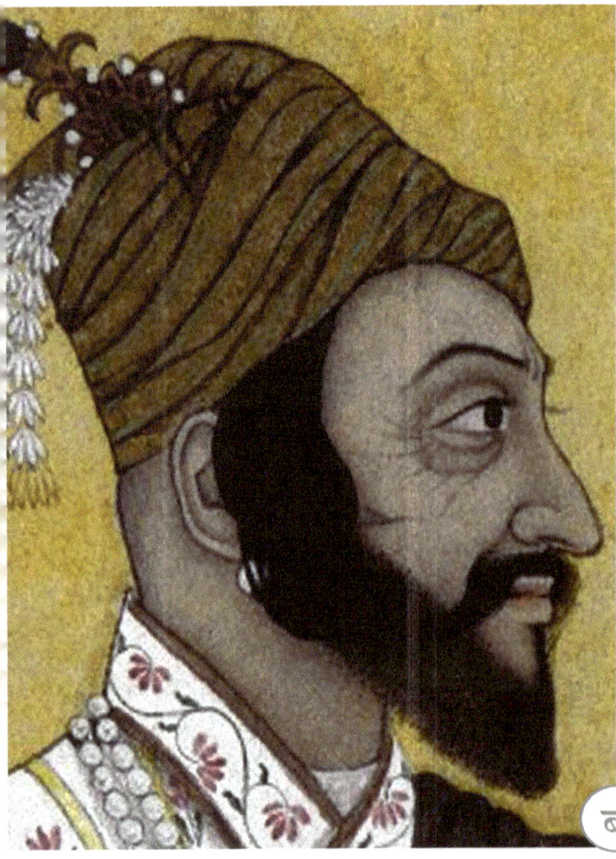

ब

◀ लंडन

ॲमस्टरडॅम ▶

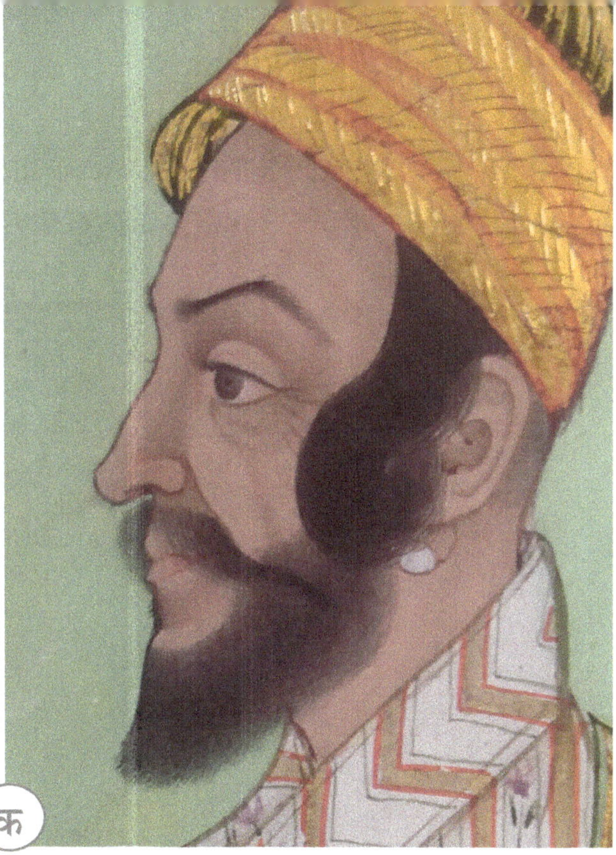

क

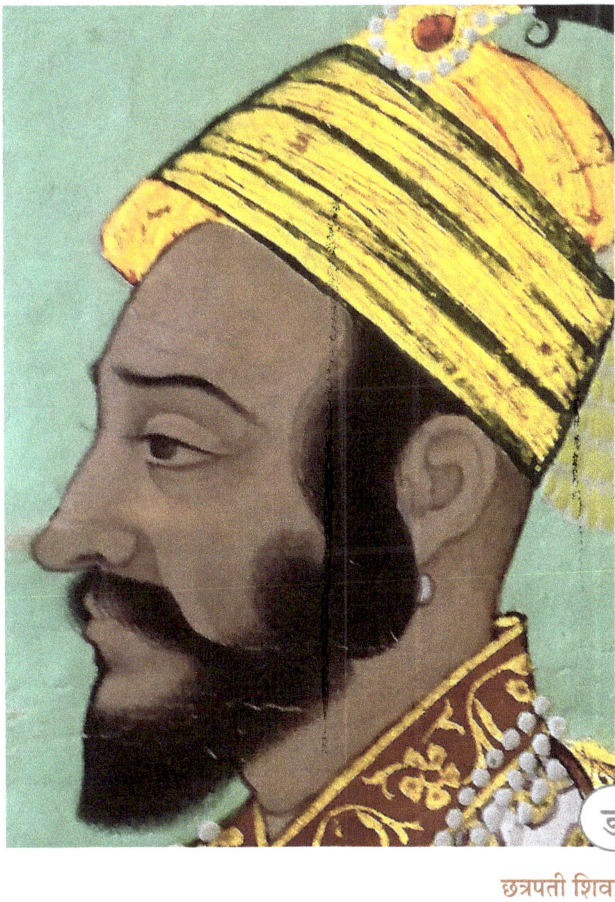

ड

◀ ॲमस्टरडॅम

छत्रपती शिवाजी महाराज यांच्या चार मुख्य लघुव्यक्तिचित्रांमधील

## हातात दांडपट्टा पकडण्याची पद्धत

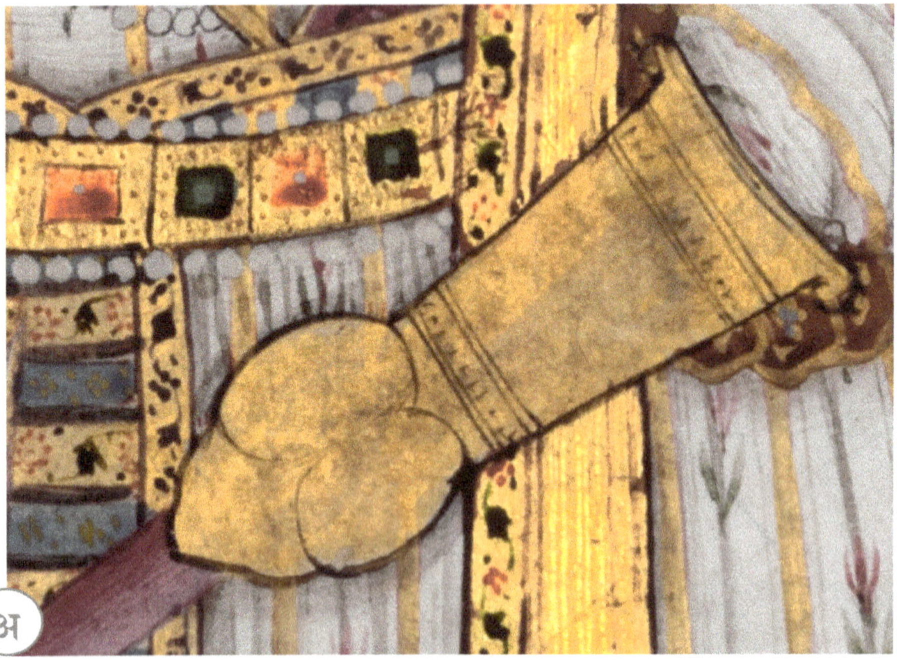

अ

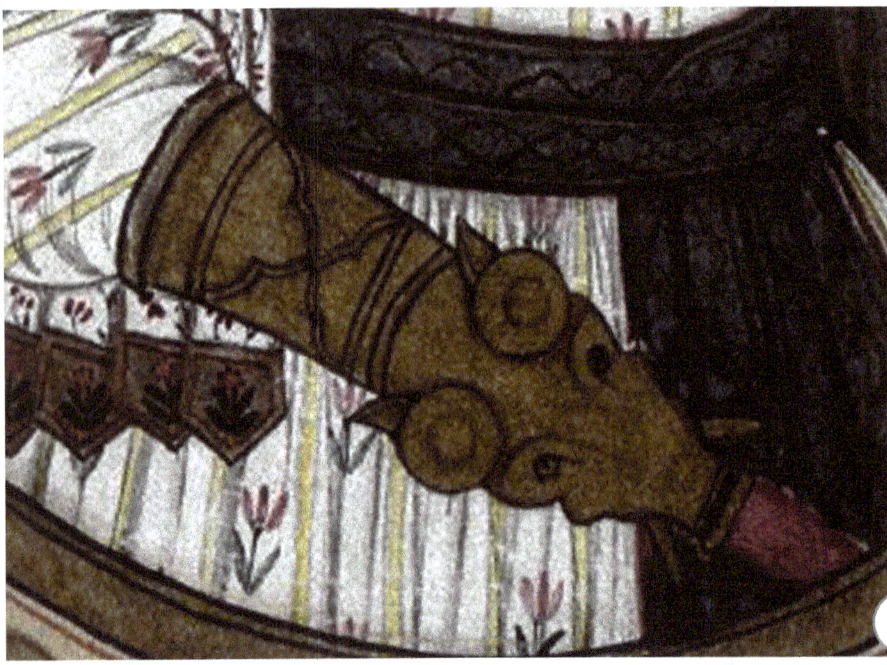

ब

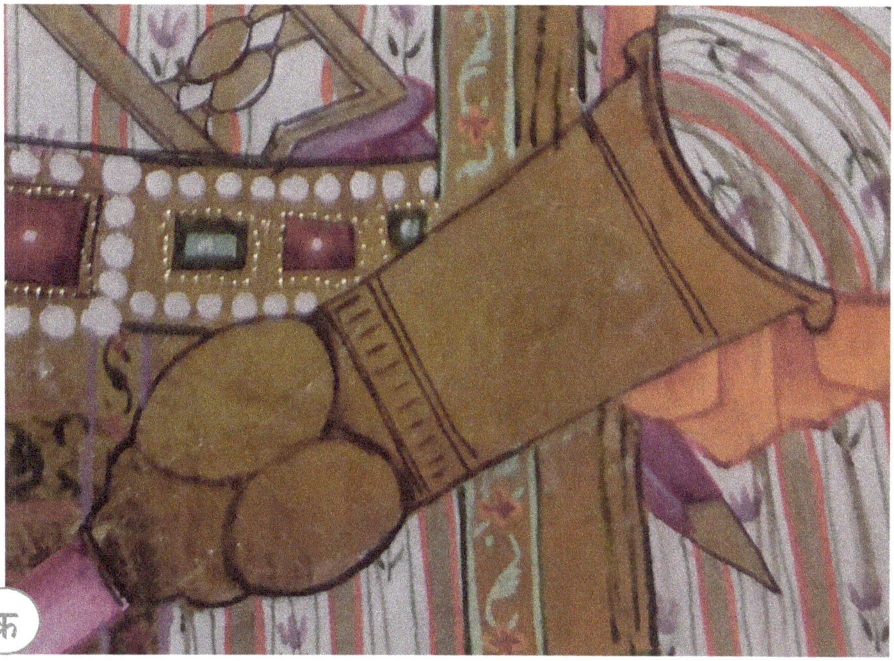

क

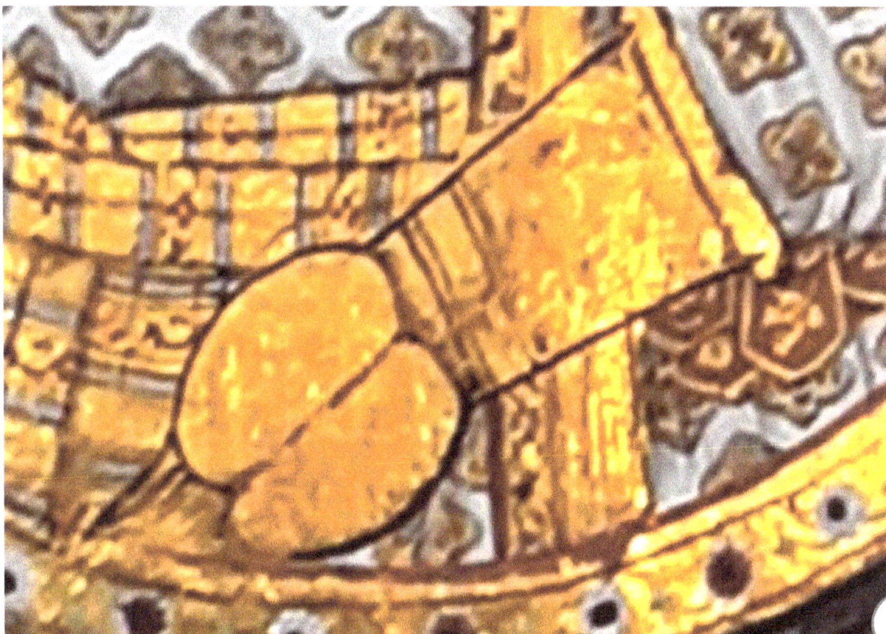

ड

छत्रपती शिवाजी महाराज
यांच्या चार मुख्य
लघुव्यक्तिचित्रांमधील
**तलवार धरण्यातील फरक**

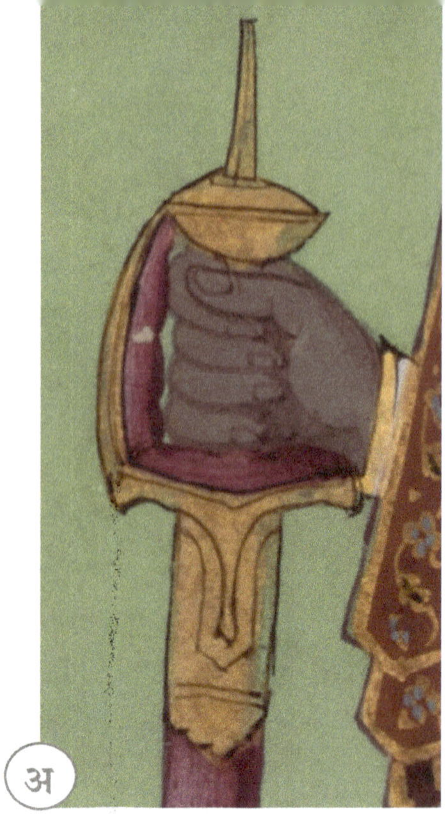

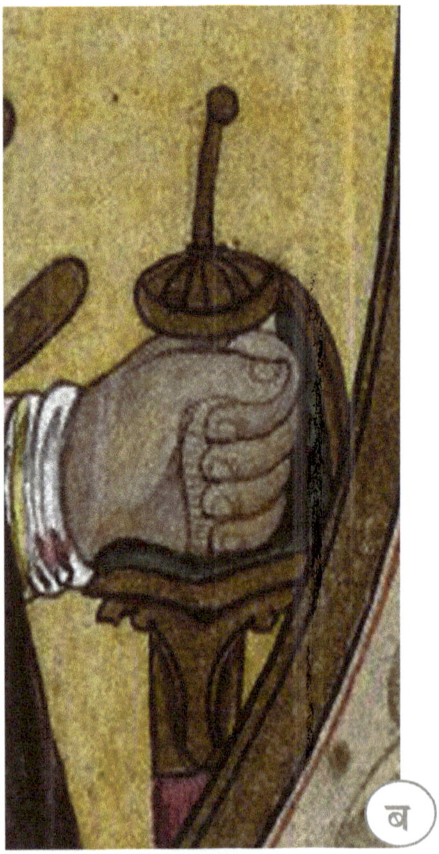

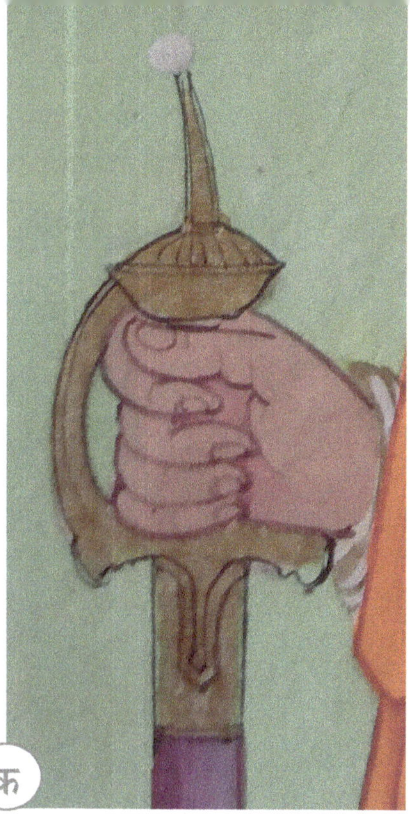

क

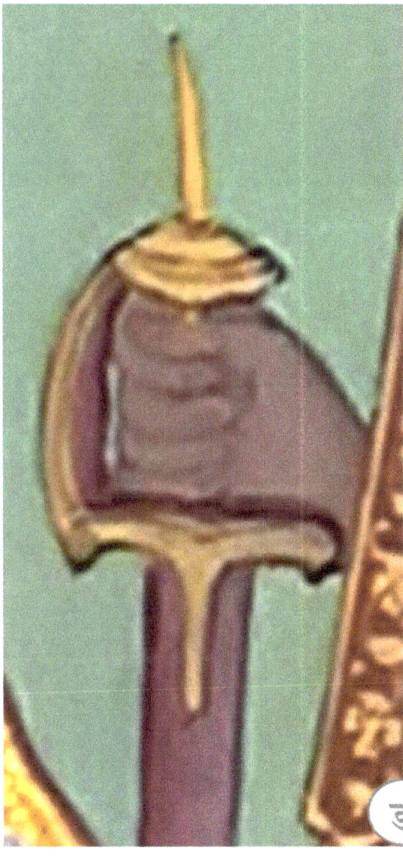

ड

छत्रपती शिवाजी महाराज यांच्या चार मुख्य लघुव्यक्तिचित्रांमधील

## जरीचा टोप घालण्याची पद्धत

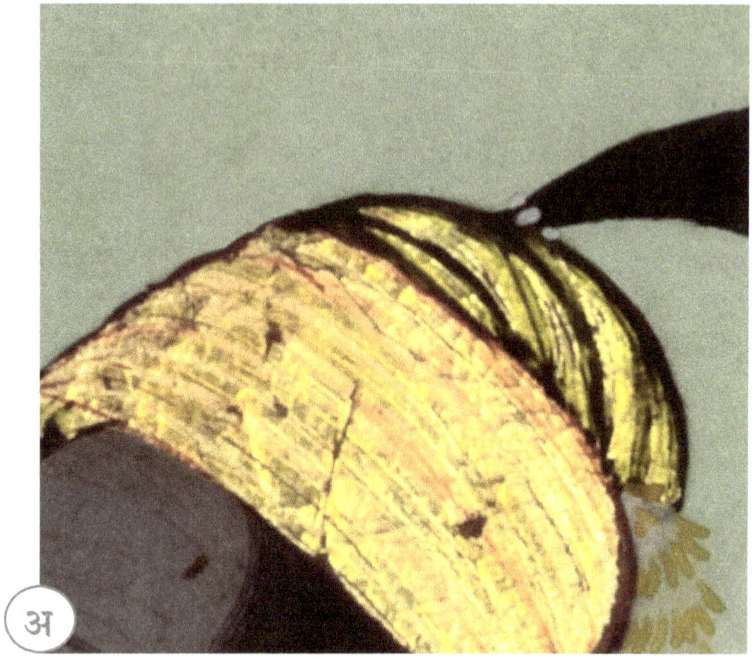

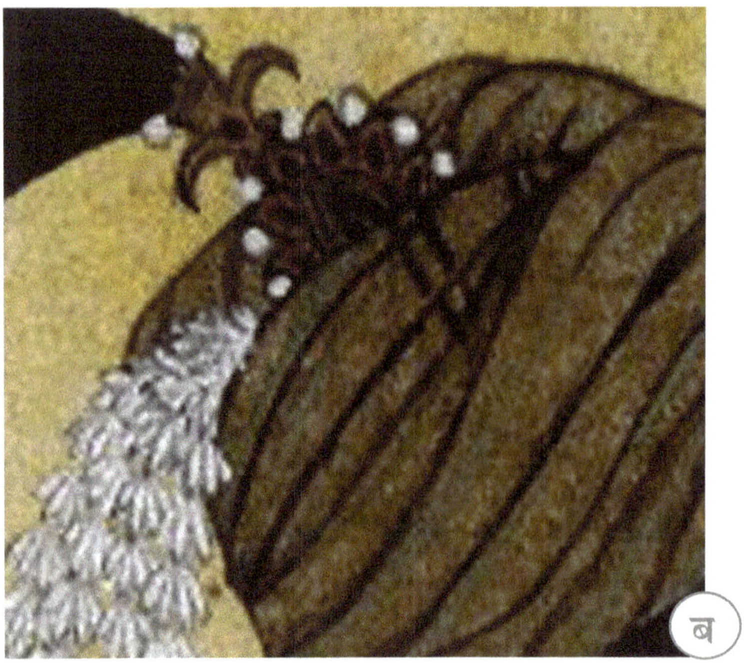

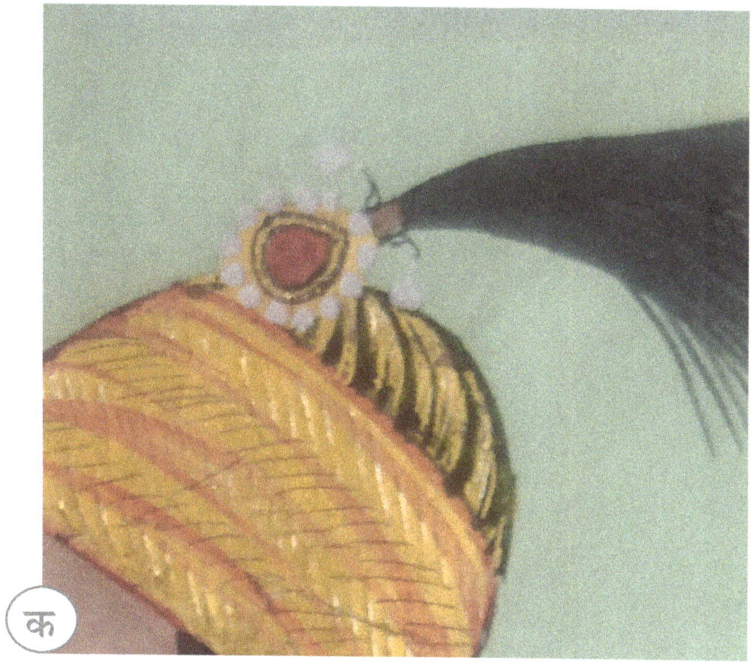
क

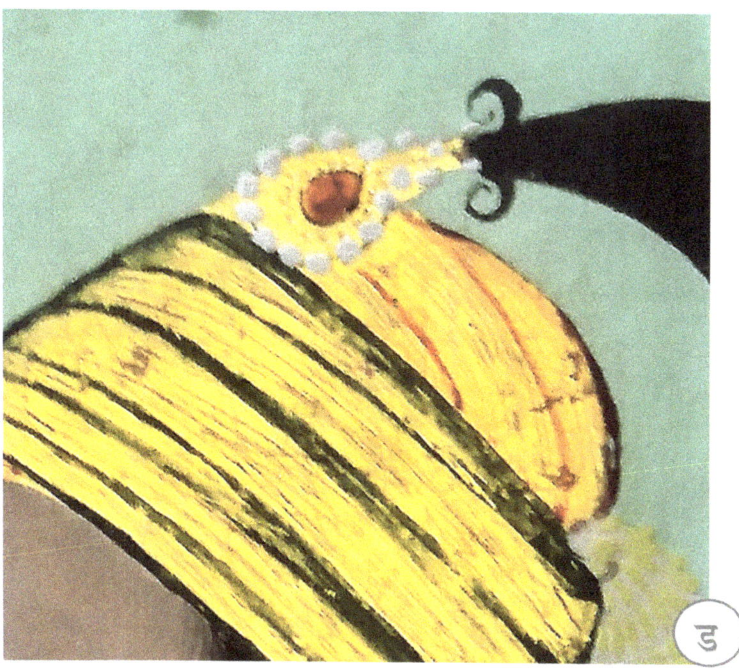
ड

छत्रपती शिवाजी महाराज यांच्या
चार मुख्य लघुव्यक्तिचित्रांमधील
**पेहरावातील फरक**

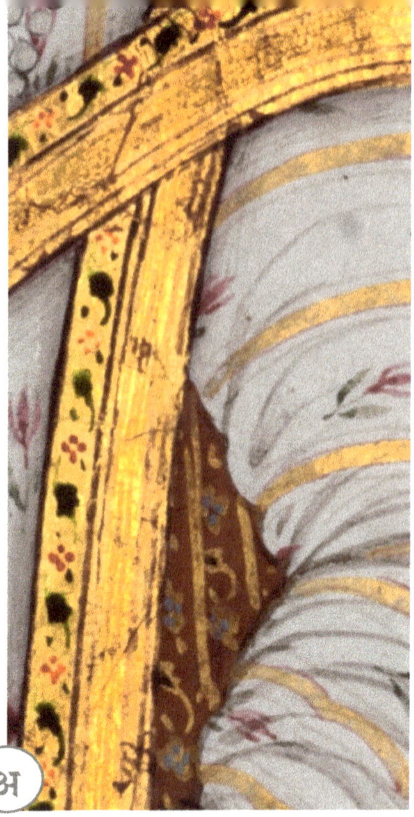

अ

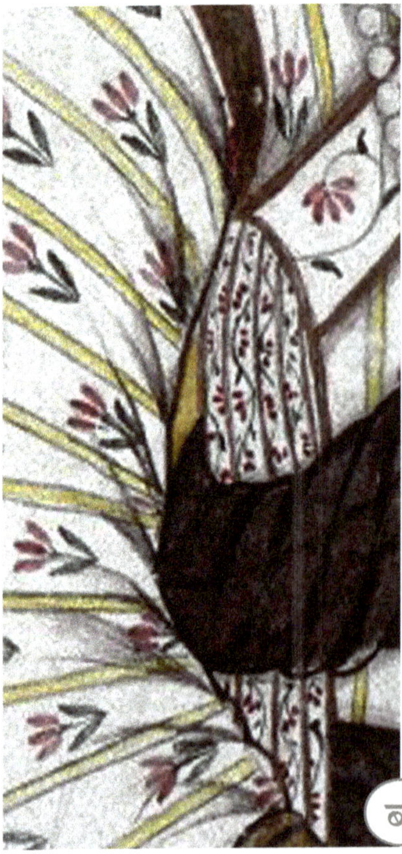

ब

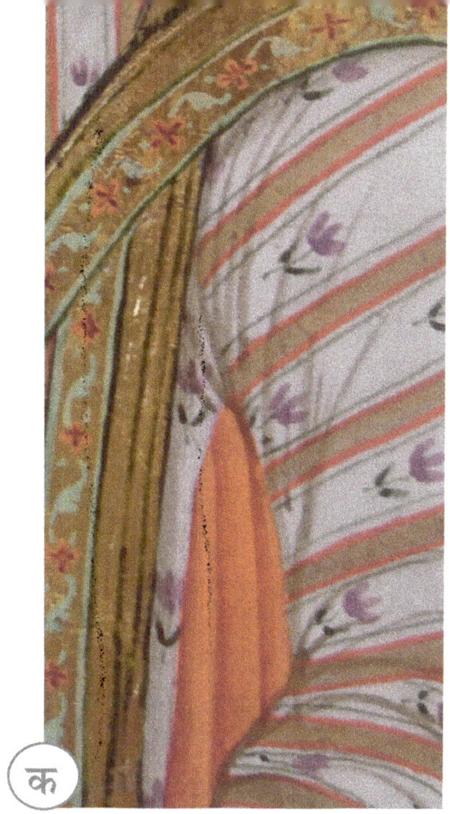
क

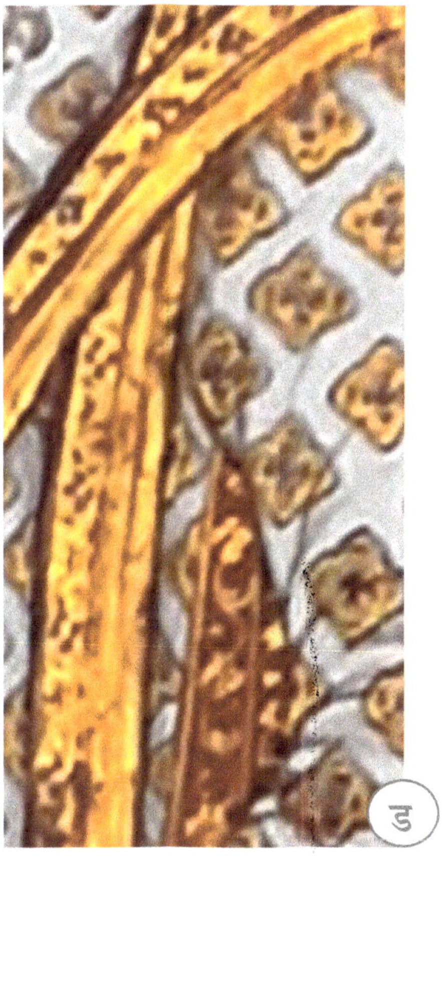
ड

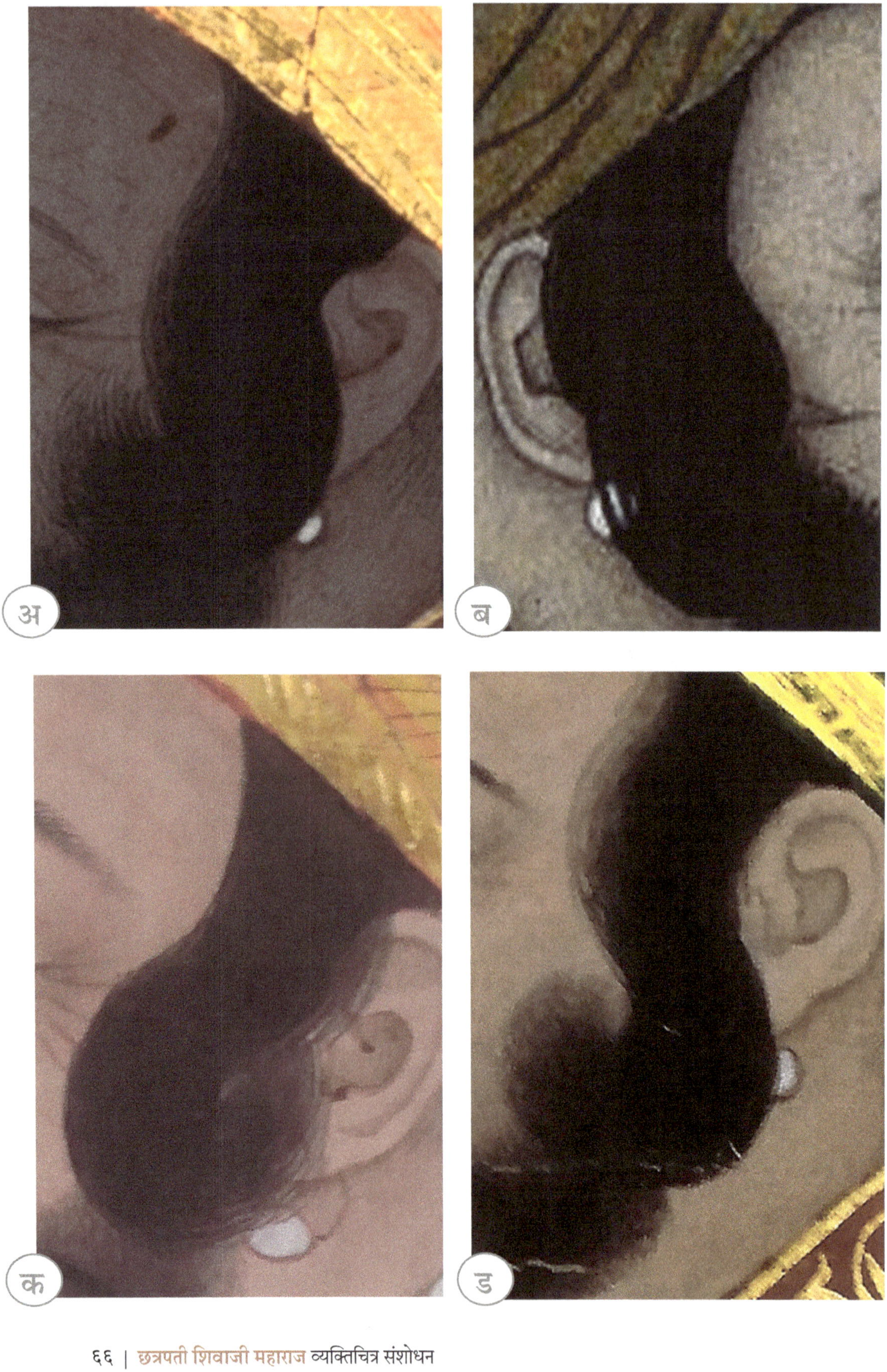
अ
ब
क
ड

# शिवाजी महाराजांची केशरचना

शिवाजी महाराजांचे पूर्वज 'शाक्त' पंथीय होते; तसेच सुफी पंथाचा प्रसार भारतात झाल्यावर मालोजी राजे यांनी हयातीत सुफी पंथाचा त्यांनी स्वीकार केला होता.

मोहम्मद बाबा समसी (११९५ ते १२५७) हे सुन्नी पंथातील एक सुफी संत आणि मराठा साम्राज्याचे संस्थापक, शिवाजी महाराज यांचे आजोबा मालोजी भोसले (१५५२ ते १६०५), 'सरगिरोह' (जमावाचा प्रमुख) अहमदनगर सल्तनत यांचे आध्यात्मिक गुरू होते. बाबा समसी हे उझबेकिस्तान या प्रदेशातील एक आदरणीय व्यक्तिमत्त्व होते. त्यांनी या क्षेत्राच्या आध्यात्मिक आणि सांस्कृतिक घटनांना आकार देण्यात महत्त्वाची भूमिका बजावली.

हे लक्षात घेण्यासारखे आहे की, शिवाजी महाराजांसह भोसले कुटुंबाचा सुफी संत आणि परंपरांशी घनिष्ठ संबंध होता. जो त्यांच्या सहिष्णुता आणि धर्माच्या सर्वसमावेशक दृष्टिकोनातून दिसून येतो. सुफी पीर शाह शरीफ सोळाव्या शतकाच्या शेवटी आणि सतराव्या शतकाच्या आरंभी अहमदनगर सल्तनतमधील 'नक्शबंदी' विचारसरणीचे पीर होते. ते मोहम्मद बाबा समसी यांच्या विचारसरणीचे असावेत. शाह शरीफ यांच्या आशीर्वादाने उमादेवींच्या पोटी शहाजी व शरीफजी हे दोन पुत्र जन्माला आले. मालोजी राजे यांनी मुलांची नावेही पीर शाह शरीफ यांच्या नावानुरूप ठेवलेली होती.

सोळाव्या शतकात भारतवर्षात मुस्लीम सुफी विचारांचा पगडा फार मोठ्या प्रमाणात होता. 'नक्शबंदी अनुक्रमा'तील हिंदुस्तानात जन्मलेले सुफी विचारवंत अहमद सिरहिंदी (१५६४ ते १६२४) यांचा प्रभाव मोगल साम्राज्यातील इस्लामी सुन्नी न्याय प्रक्रियेवर होता. त्यामुळेच या सुफी विचारांपुढे शिवाजी महाराज यांच्या स्वराज्याचा विचार उठून दिसतो.

'नक्शबंदी अनुक्रमा'त सुन्नी विचारांची बैठक अहमद सिरहिंद यांनी प्रभावीपणे राबवण्यासाठी जहांगीरसारख्या राज्यकर्त्यांकडून राजाश्रय मिळवला. भविष्यकाळात त्याच विचारांचा प्रभाव मोगल सत्तेवर पाडला. अगदी औरंगजेबाने सख्ख्या भावांची कत्तल केली. त्याला न्यायिक सहमती दर्शवण्यापर्यंत त्या विचारांची मजल गेली होती.

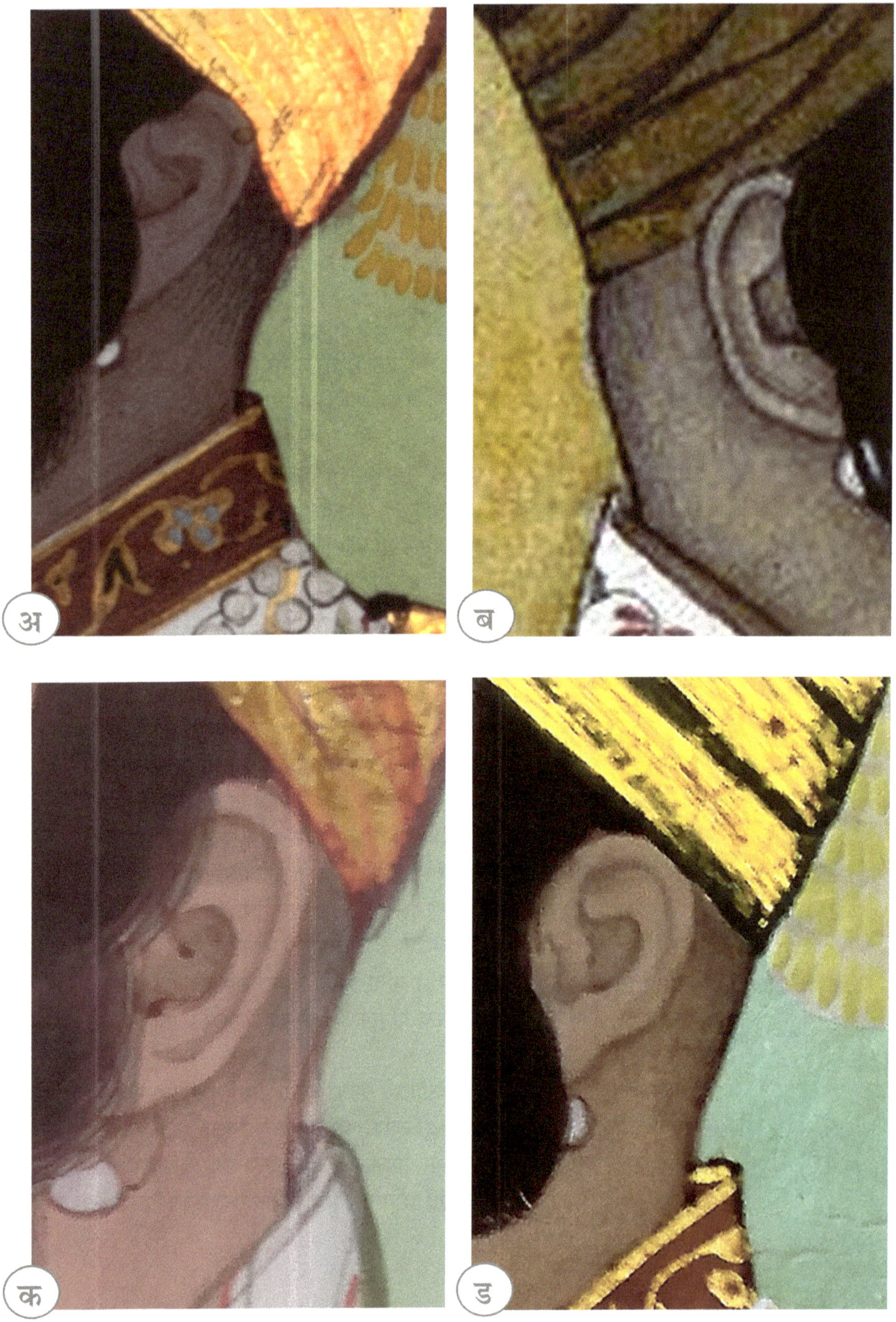
अ
ब
क
ड

'नक्शबंदी अनुक्रम' हा पैगंबर मोहमदाच्या अनुयायांनी तयार केलेला उपक्रम सुन्नी पंथातील एक अनुक्रम ठरला. 'नक्शबंदी' म्हणजे प्रतिमा विरोध. प्रतिमेला विरोध केव्हापासून झाला याची ती कहाणी आहे. या विचारांचा पगडा मानवी मनावर लादून 'इस्लामी विचार' म्हणून तो पुढे आला. सुन्नी पंथातील सुफी विचारवंतांनीही तो स्वीकारला. 'नक्शबंदी अनुक्रमांतर्गत' उत्तर इराण व उझबेकिस्तानमधील बुखारा शहराभोवतीचा प्रदेश या विचारसरणीच्या प्रभावाखाली आला. नेमके याच भागातील राज्यकर्ते परागंदा होऊन मध्ययुगात भारतवर्षामध्ये स्थायिक झाले. मोगल हे त्यांचे वंशज.

शिवाजी महाराजांनी लोकाभिमुख विचार मांडले, त्याची पार्श्वभूमी आजमितीला पाश्चात्त्य शिक्षणपद्धतीत सामावली आहे. परंतु शिवकालाच्या पूर्व काळातील इस्लामी विचारसरणी व राज्य धोरणे संपूर्णतः मध्य आशियातील तत्त्वज्ञानावर, समाजधोरणावर आधारित होती. त्याला छेद देण्याचे काम 'स्वराज्य' संकल्पनेने केले. त्यात तात्विक समाजधोरण, समता, मानवता, स्त्रीदाक्षिण्य व इतर मूल्य यांचा समावेश आहे.

शिवरायांचा पेहराव व केशभूषा या विषयांचा अभ्यास करताना इतर अनेक विषयांचा अभ्यास करावा लागला. त्यात त्यांच्या घराण्यावरील सुफी प्रभावही विचारात घेतला आहे. शाक्त पंथातील मूळ गणगोत्र असल्यामुळे केशवपन न करणे. म्हणजे जन्मापासून मृत्यूपर्यंत शरीरावरील केस न कापणे अशा वंश-परंपरा भोसले घराण्यात होत्या. त्यांचे घराणे शक्तिपूजक होते. शिवाजी महाराजांचे पणजोबा बाबाजी जाधव यांच्यापासून ज्ञात असलेली माहिती आपण त्यांच्या केशभूषेसंबंधी विचारात घेतली, तर त्यांच्या घराण्यात डोक्यावरील केस न कापणे, दाढीचे केस न कापणे हे सर्व त्यात प्रामुख्याने येते.

त्यामुळे केस न कापता तसेच लांब वाढवणे. माथ्यावर केस बांधून त्यावर कपड्याचे आच्छादन गुंडाळणे. ज्याला आपण 'फेटा गुंडाळणे' किंवा 'बांधणे' असे म्हणतो.

शिवरायांच्या लघुव्यक्तिचित्रांच्या साह्याने या पद्धतीची उकल होते. प्रथम केस एकत्र करून ते माथ्यावर बांधलेले दिसतात. कदाचित केसांची गाठ बांधून त्यावर कपडा पगडीवजा घट्ट गुंडाळत असे. नंतर त्यावर शेल्यासारखे कापड किंवा जरीचा फेटा गुंडाळलेला असे. त्यात मध्ययुगीन काळातील सजावट म्हणून मोत्यांची माळ लटकवलेली व सोन्याचा दागिना तुरा म्हणून फेट्यामध्ये खोवणे. असा डोक्यावरील पेहराव सामान्य दिवसात वा इतरत्र वावरताना असावा. युद्धकालीन पेहराव व जरीचा टोप वेगळे असायचे. शिवाजी महाराजांच्या लघुव्यक्तिचित्रात चितारलेला पेहराव हा दांडपट्ट्यासहित आहे.

खास करून त्यांनी केसांची बट एकत्र करून चेहऱ्याच्या डाव्या बाजूला कानाच्या पुढील बाजूला वळवली आहे. आज जे दोन्ही बाजूला कल्ले दाखवण्याची नाटकात

किंवा चित्रपटात पद्धत आहे, तसे शिवाजी महाराज यांचे केस ठेवण्याची पद्धत कधीही नव्हती. शिवाजी महाराजांच्या मानेवर रुळणारा केसांचा झुपका त्यांच्या सर्व लघुव्यक्तिचित्रांपैकी एकाही चित्रात दिसत नाही.

त्यावरून अनुमान बांधता येते की, ते केसांचा झुपका माथ्यावर बांधून केसांची एकत्र बट डाव्या कानाच्या पुढे कल्ल्यासारखी ओढून घेत असावेत. त्यावर पगडी बांधून पुन्हा त्या पगडीला घट्ट पकडण्यासाठी जरीचा फेटा घट्ट बांधत असावेत.

सद्य:स्थितीत शीख पंथातील व्यक्ती पगडी बांधतात; त्यातील व्यापारी किंवा अफगाणी शीख ज्यांना 'भापे शीख' म्हटले जाते. अशांच्या पगडीकडे पाहिले की, शिवरायांच्या शीर्ष पेहऱ्याव्याची कल्पना येईल. याचे प्रात्यक्षिक गुरुद्वारात शिखांच्या वेगवेगळ्या पगडी बांधण्याच्या पद्धतींकडे पाहिल्यावर लक्षात येते.

जरीचा फेटा किंवा बांधीव पगडी हा प्रकार शिवाजी महाराज सामान्यपणे वापरत नसावेत. हे त्यांचे लघुव्यक्तिचित्र न्याहळल्यावर समजते. ही लघुव्यक्तिचित्रे त्यांचा राज्याभिषेकानंतरच काढलेली आहेत. 'छत्रपती' हे पद धारण केल्यावरच त्यांना इतर राज्यकर्त्यांनी मान-सन्मान दिलेला आहे, असे दिसते. त्यातील हा लघुचित्र रेखाटण्याचा प्रसंग विजापूर दरबारीही सन्मानाचा भाग असावा, असा कयास आपण लावू शकतो.

अवाढव्य प्रदेश जिंकणाऱ्या मोगलांना नामोहरम केल्यानंतर देशोदेशीच्या राजा, सम्राटांनी शिवरायांचा पराक्रम मान्य करून त्यांच्या दरबारी शिवाजी महाराजांची व्यक्तिचित्रे तयार करून घेतली आहेत. त्यांचा दर्जा उच्च प्रतीचा नाही. त्या सर्व मूळ लघुचित्रांच्या नकला आहेत, हे नमूद करणे महत्त्वाचे आहे. त्याच नकला आजमितीला देशोदेशीच्या वस्तुसंग्रहालयात ठेवलेल्या आहेत. काळानुसार ही वस्तुसंग्रहालये शिवरायांचे लघुचित्र प्रदर्शनात ठेवतात, परंतु त्याचे प्रमाण अत्यल्प आहे.

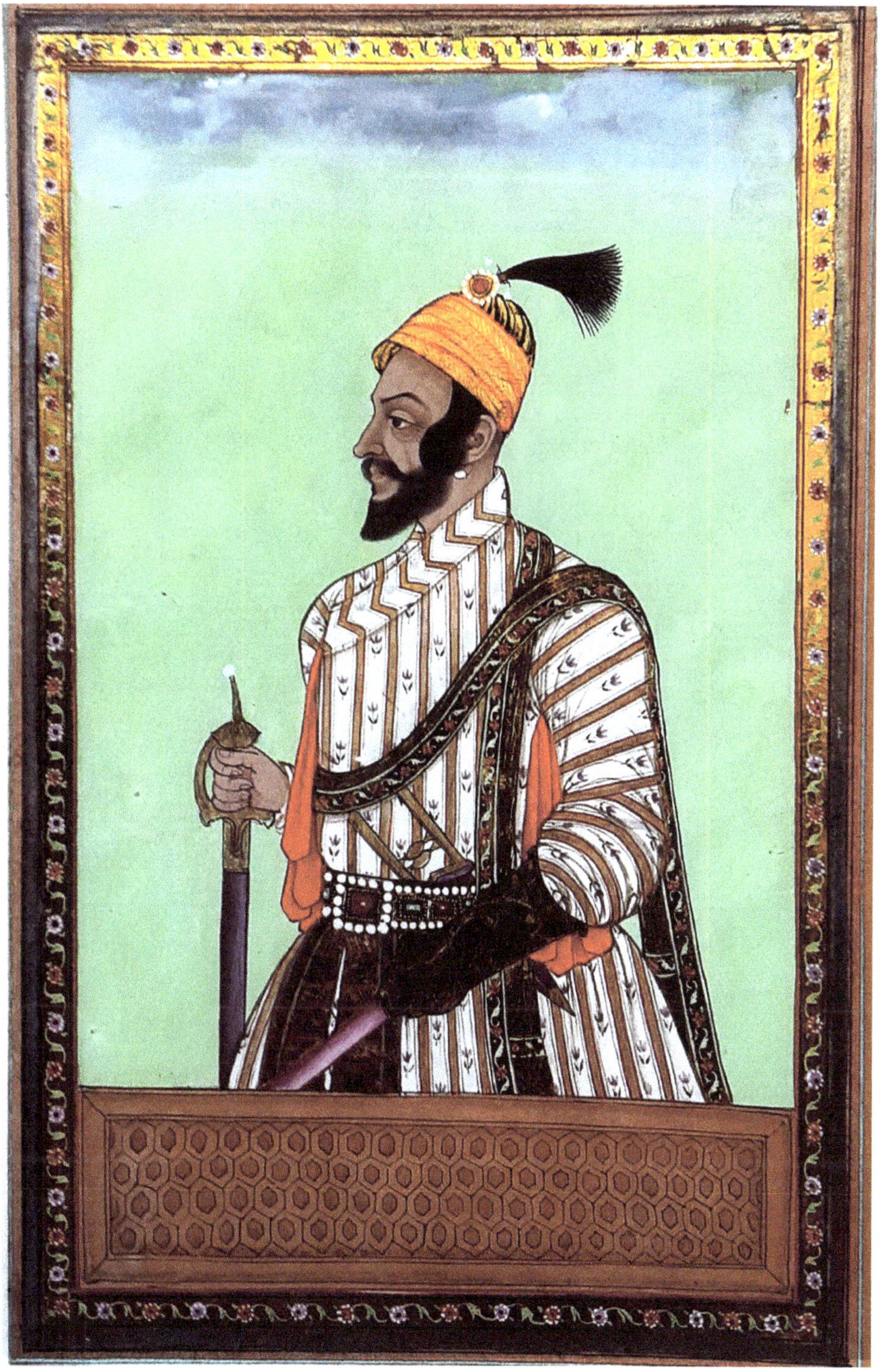

▶
छत्रपती
शिवाजी महाराज
यांचे
विट्सन अल्बम
मधील
लघुव्यक्तिचित्र

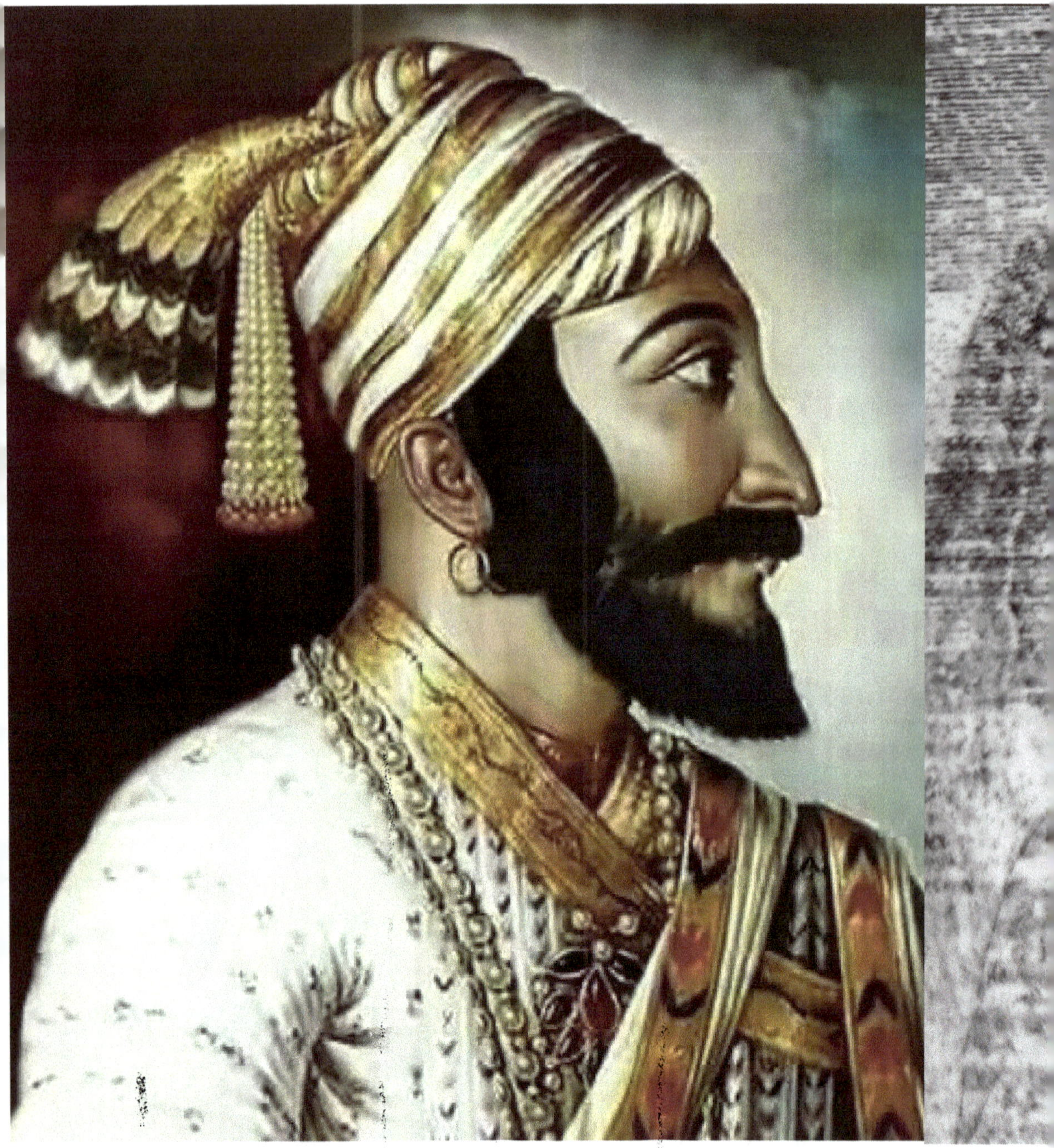

गोपाळ कांबळे यांनी फ्रान्सिस्कस व्हॅलेन्टाईन
व्हॉल्युम (१७२७) मधील मुद्राचित्रावरून महाराष्ट्र
सरकारसाठी तयार केलेले तैलरंगातील चित्र (१९६२)

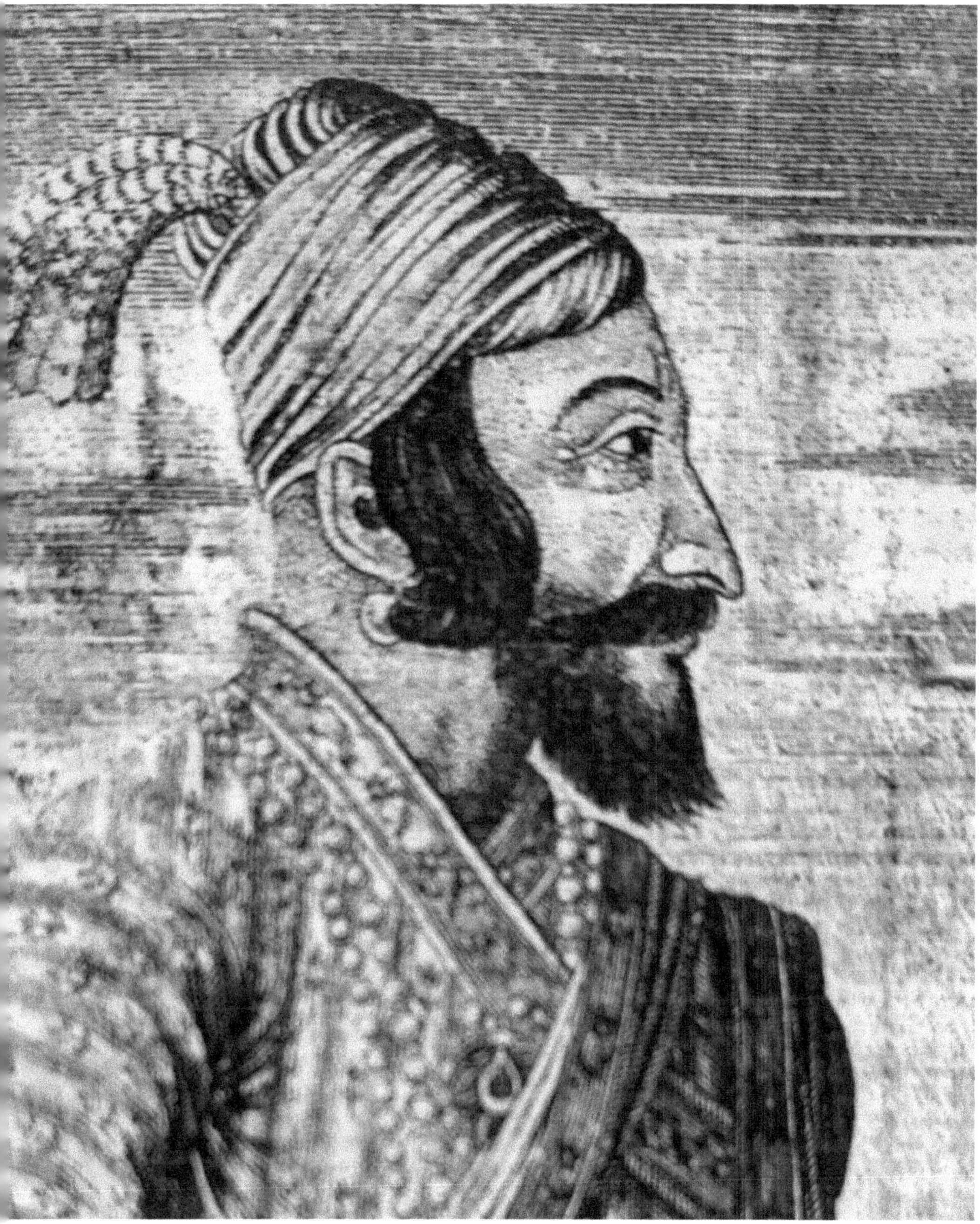

फ्रान्सिस्कस व्हॅलेन्टाईन
याच्या व्हॉल्युम (१७२७)
मधील मुद्राचित्र

# शिवाजी महाराज लघुव्यक्तिचित्र रॉयल म्युझियम

सुलतान अली आदिल शाह (द्वितीय) (१६५६-७२) याच्या कारकिर्दीत विजापूरच्या दरबारातील मराठा प्रमुख शहाजी (१५९४-१६६४), छत्रपती शिवाजी (१६२७-१६८०) यांचे पिता ही एक महत्त्वाची हिंदू व्यक्ती होती. त्यांनी विजापूरच्या सुलतानाच्या नावाने कर्नाटकचा काही भाग जिंकला होता. त्यांच्या महत्त्वाकांक्षी आणि त्याने उत्तर दख्खनमधील प्रदेश ताब्यात घेतल्याने शेवटी त्यांच्यात आणि सुलतानामध्ये वाद निर्माण झाला.

हे पोर्ट्रेट पारंपारिक रचनात्मक स्वरूपाचे अनुसरण करते, जे मोगल कलाकारांनी स्थापित केले होते. ज्यामध्ये 'सिटर' (ज्याचे स्केच काढले जाते तो) 'पॅरापेट' (कठडा) च्या शेजारी उभे असलेल्या 'प्रोफाइल' ('मॉडेल', एका बाजूने दिसणारा चेहरा)मध्ये सादर केला आहे. हे कंबरेपर्यंतच्या उंचीचे पोर्ट्रेट आहे. कारण शिवरायांच्या अंगरख्याची (जामा) शैली, त्यांच्या डाव्या हाताखाली बांधलेली, परंपरेने हिंदू शासक आणि दरबारी यांच्याऐवजी मुस्लीम परिधान करतात, तशी आहे. तथापि, चित्रात विशिष्ट शरीरविज्ञान तसेच शिवाजी वापरत असलेली विशिष्ट शस्त्रे आणि युद्धभूमीवर ते धारण करत असलेली  शस्त्रे यांचे अतिशय मर्मभेदी रेखाटन आहे.

सतराव्या शतकाच्या उत्तरार्धात एकत्रित केलेल्या संकलनाचा भाग म्हणजे हे 'शिवाजीचे पोर्ट्रेट' आहे. ते गोवळकोंडा येथील बाजारपेठेत युरोपीय लोकांना विकले गेले असावे. बहुधा १६८५मध्ये गोवळकोंडा येथे मोगल बादशाह औरंजेबाच्या आक्रमणाच्या वेळी ते परदेशी व्यावसायिकांना विकले गेले.

हे पोर्ट्रेट निकोलस विट्सन (Nicholas Witsen)च्या अल्बममधील नाही. ते वेगळ्या स्वतंत्र संग्रहातील आहे. त्यामुळे त्याची शैली वेगळ्या पद्धतीची आहे. ॲमस्टरडॅमच्या 'रॉयल वस्तुसंग्रहालया'त ते समाविष्ट करण्यात आले आहे.

पोर्ट्रेट ऑफ शिवाजी - मराठा राजा, लंबगोल आकारातील व्यक्तिचित्र, अपारदर्शक आणि सोनेरी रंग
आकार : २३८ x १८५ मिमी
रॉयल प्रिंट कॅबिनेट, रॉयल म्युझियम, ॲमस्टरडॅम ▶

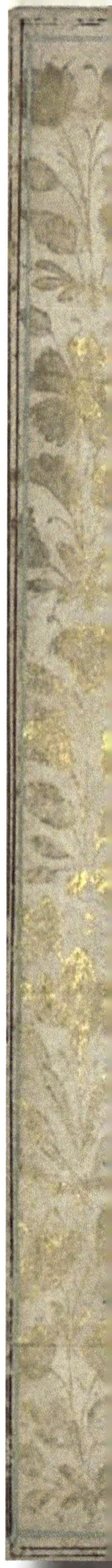

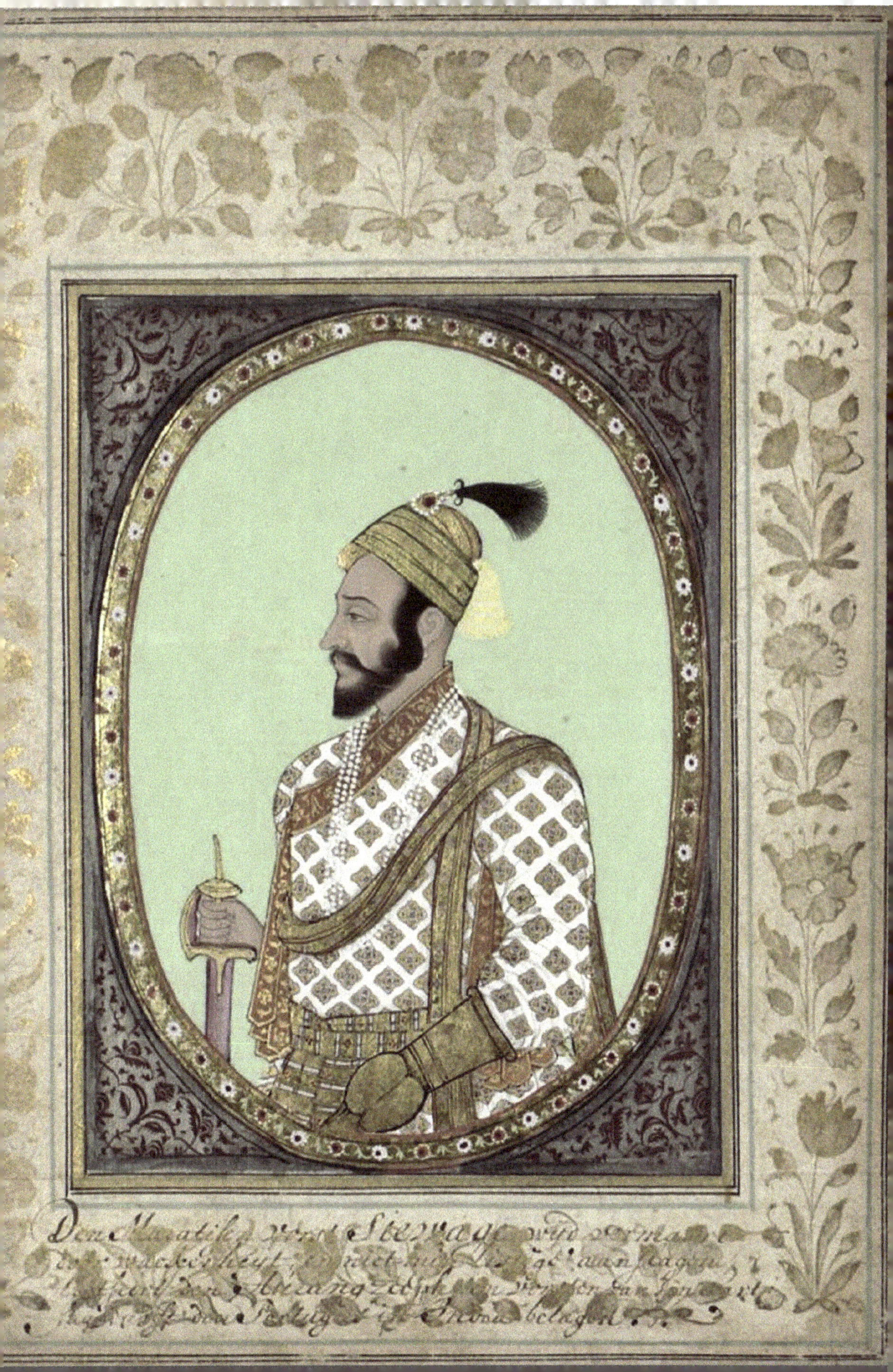

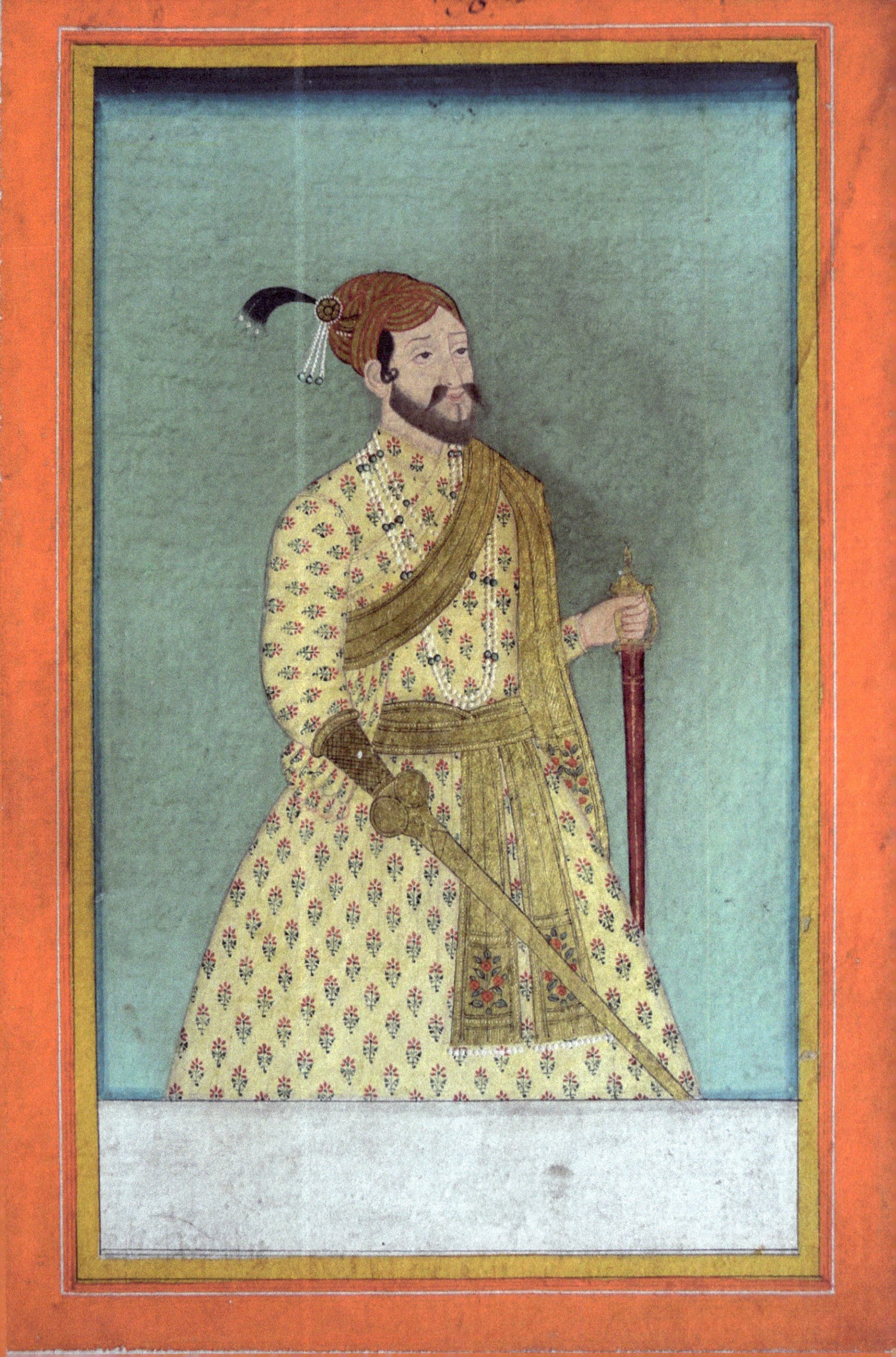

# सालारजंगमधील लघुव्यक्तिचित्र

## शिवाजीचे पोर्ट्रेट (लघुव्यक्तिचित्र)

गोवळकोंड्याच्या एका कलाकाराने १६८०मध्ये 'शिवाजीचे पोर्ट्रेट' रेखाटले होते– मराठा प्रमुख छत्रपती शिवाजी (मृत्यू : १६८०) हे सुलतान आदिलशाह द्वितीय (१६५६-७२)च्या राजवटीत विजापूरच्या दरबारात निमंत्रित केलेले व्यक्तिमत्त्व होते. त्यांनी विजापूरच्या सुलतानाच्या नावाने 'कानस'चा काही भाग जिंकला होता. छत्रपती शिवाजी महाराजांच्या महत्त्वाकांक्षी धोरणांमुळे उत्तर दख्खनमधील प्रदेश ताब्यात घेतल्याने त्यांच्यात आणि सुलतानमध्ये कटुता निर्माण झाली होती.

हे शिवाजींचे पोर्ट्रेट मोगल कलाकारांद्वारे स्थापित केलेल्या पारंपरिक रचनांचे अनुसरण आहे. ज्यामध्ये कठड्याच्या परिकक्षेवर उभट लांबीचे व्यक्तिचित्र (एका बाजूने चेहरा दिसणारे चित्र) सादर केले आहे.

शिवाजींच्या पोशाखातील ही गोष्ट खूपच कुतूहल निर्माण करणारी आहे. त्यांच्या डाव्या हाताखाली बांधलेले थैलीवजा कापड, हिंदू-शासक त्यांच्या काखेत पारंपरिकपणे 'माची' असते, ज्याला पारशीमध्ये 'जामा' म्हणतात. तथापि, चित्रात त्यांच्या शरीरविज्ञानाचे तसेच त्यांनी युद्धभूमीवर परिधान केलेल्या विशिष्ट पोशाखाचे आणि चिलखतांचे अतिशय क्लिष्ट चित्रण पाहावयास मिळते.

'शिवाजीचे पोर्ट्रेट' हे सतराव्या शतकाच्या उत्तरार्धात तयार झाले असून ते माझ्या संकलनाचा एक भाग आहे. गोवळकोंडा येथे ते युरोपिअन व्यापाऱ्यांना विकले. 'विट्सन' नावाने ओळखली जाणारी ही मालिका ॲमस्टरडॅममध्ये १६८०च्या दशकाच्या सुरुवातीला निकोलस विट्सन (१६४१-१७१७) यांनी विकत घेतली होती, ज्यांची १६९३मध्ये 'डच ईस्ट इंडिया कंपनी'चे संचालक म्हणून नियुक्ती करण्यात आली होती. अल्बमचा मूळ पृष्ठभाग (मॅट) अस्पष्ट आहे. लेदर बाउंड अल्बममध्ये सोळाव्या आणि सतराव्या शतकातील दख्खनी आणि मोगल देशाशी

◄ शिवाजी महाराज यांचे गोवळकोंड्यातील पोर्ट्रेट, १६७७ संग्रह : सालारजंग संग्रहालय, हैदराबाद

## A Portrait of Shivaji Painted at Golkonda

*G. N. Dandekar*

**Shivaji was coronated as king on June 6, 1674. His kingdom, carved out of the territories of the Deccani Sultans, encompassed areas from the present states of Maharashtra, Karnataka and Tamilnadu.**

Now that he had established himself as a sovereign king and the pressure of the Mughal armies from the north had lessened he turned his attention southwards.

It is possible that the idea formulated itself in his mind when he lay suffering during his prolonged illness at Ajinkya Tara fort in Satara in the year 1676. Perhaps he felt that his kingdom, a Hindu state enclosed on all sides by Muslim kingdoms, was geographically very vulnerable if there was any war with his neighbours. Whatever may have been the motivation, soon after he had recovered from his sickness he started to prepare for a long expedition: he recruited a large force, strengthened fort garrisons and nominated ministers to govern the kingdom during his absence.

The kingdom of Golkonda lay on the route Shivaji had chosen while going south. Its Sultan, Abul Hasan Tana Shah, was a person of noble character but indolent habits. He preferred to let his able minister Madanna govern his kingdom while he lived in luxury and abandoned himself to his dilettante interests.

Abul Hasan Tana Shah's minister Madanna Pingli hailed from Hanumkonda. He was an astute administrator as well as a learned person being well-versed in Sanskrit, Persian, Telugu and other languages. He was assisted by his brother Akanna. The two brothers lived in a splendid palace in Bhaganagar and were devotees of the Goddess Bhavani.

Shivaji's envoy Prahlad Niraji approached Madanna with a proposal to arrange a meeting between Chhatrapati Shivaji and Sultan Abul Hasan Tana Shah. Madanna had heard about Shivaji's fame and ability and had a high regard for the Maratha king. He was delighted at the proposal and conveyed it to his monarch.

At first the Sultan was suspicious about Shivaji's visit being aware of what had transpired in the Maratha leader's encounter with the Bijapuri general Afzal Khan and the Mughal officer Shaista Khan. The Sultan was hesitant to meet Shivaji personally.

The Sultan was assured on oath that no untoward incident would take place in his meeting with Shivaji. He was apprised of the circumstances in which Shivaji was forced to act with Afzal Khan and Shaista Khan. The explanations set some of the doubts to rest.

The Qutb Shahi ruler's fears about Shivaji were further allayed when he heard that Shivaji's army – a force of 25,000 men – was marching peacefully, causing no harassment or trouble to the Sultan's subjects. In fact they procured their requirements by paying for them.

Convinced that Shivaji's intentions were honourable, the Sultan sent an invitation to Shivaji. Shivaji accepted the privilege

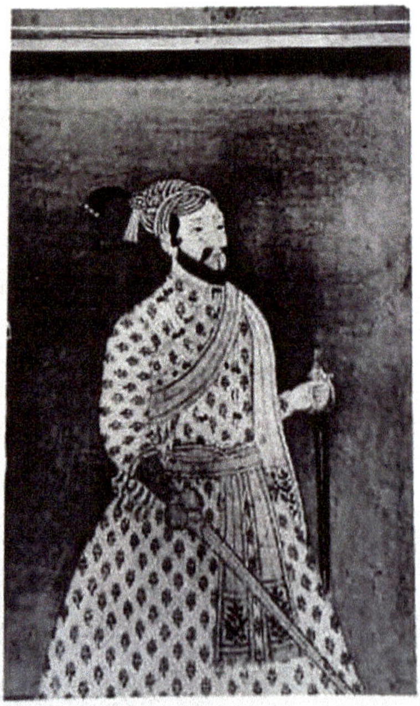

*7. Portrait of Shivaji Golkonda c. 1677 Collection: Salar Jung Museum, Hyderabad*

97

◀

'मार्ग' प्रकाशनातर्फे प्रकाशित झालेल्या व्हॉल्युम xxxiv नंबर २ मधील पान ९७ वर छापलेली माहिती व सालारजंग वस्तुसंग्रहातील लघुचित्र प्रतिमा

संबंधित राजदरबारातील प्रमुख व्यक्तींच्या ४९ वेगवेगळ्या पोर्ट्रेटचा समावेश यात अंतर्भूत आहे. तो एक दृष्यरूप अभ्यास आहे, जे त्या चित्रात 'एच' प्रमाणेच रचनात्मक स्वरूप वापरून गोवळकोंड्यामध्ये रंगवले आहेत.

*मदण्णा व अकण्णा दोघे भाऊ भागानगर येथील एका भव्य वाड्यात राहत होते आणि भवानीदेवीचे परम भक्त होते.*

*शिवाजीचे दूत प्रल्हाद निराजी यांनी छत्रपती शिवाजी आणि सुलतान अबुल हसन तानाशाह यांच्यात भेट घडवून आणण्याचा प्रस्ताव घेऊन मदण्णा यांच्याशी संपर्क साधला. मदण्णाने शिवाजीची कीर्ती आणि कर्तृत्व ऐकले होते. त्याला मराठा राजाबद्दल खूप आदर होता. हा प्रस्ताव पाहून तो खूश झाला. त्याने आपल्या राजापर्यंत तो निरोप पोहोचवला.*

*विजापूरचा सेनापती अफझलखान आणि मोगल अधिकारी शाहिस्तेखान यांच्याशी मराठा नेत्यांच्या चकमकीत काय घडले, याची जाणीव सुलतान अबुल हसन याला असल्याने शिवाजीच्या भेटीबद्दल सुलतानाला प्रथम संशय आला. सुलतान शिवाजीला वैयक्तिकरित्या भेटण्यास कचरत होता.*

*६ जून १६७४ रोजी शिवाजीचा 'राजा' म्हणून राज्याभिषेक झाला. दख्खनी सुलतानांच्या प्रदेशांतून तयार करण्यात आलेल्या त्यांच्या राज्यामध्ये सध्याच्या महाराष्ट्र, कर्नाटक आणि तामिळनाडू या राज्यांतील भागांचा समावेश होता.*

*आता शिवाजी राजे यांनी स्वतःला सार्वभौम राजा प्रस्थापित केल्यामुळे आणि उत्तरेकडील मोगल सैन्याचा दबाव कमी झाल्याने त्याने आपले लक्ष दक्षिणेकडे वळवले.*

*१६७६मध्ये सातारा येथील अजिंक्यतारा किल्ल्यावर आजारी असताना त्यांच्या मनात ही कल्पना आली असावी. शेजाऱ्यांशी युद्ध झाल्यास खूप असुरक्षित असे वातावरण तयार होईल. प्रत्यक्षात ही मोहीम प्रेरणादायक असली तरी, शिवाजी राजे यांना शक्य नव्हते. आजारातून बरे झाल्यानंतर त्यांनी लगेचच एका दीर्घ मोहिमेची तयारी सुरू केली. त्यांनी मोठ्या सैन्याची भरती केली, किल्ल्यावरील चौकी-पहारे मजबूत केले आणि त्यांच्या अनुपस्थितीत राज्याचा कारभार चालवण्यासाठी मंत्र्यांची नियुक्ती केली.*

*छत्रपती शिवाजी महाराजांनी दक्षिणेकडे जाताना निवडलेल्या मार्गावरच गोवळकोंड्याचे राज्य होते. त्याचा सुलतान अबुल हसन तानाशाह, एक उदात्त चारित्र्याचा परंतु निष्क्रिय माणूस होता. त्याने आपला सक्षम मंत्री मदण्णा याला त्याच्या राज्याचा कारभार चालवण्यास संमती दिली आणि तो ऐषोरामात लोळत राहिला.*

*अबुल हसन तानाशाहचे मंत्री मदण्णा पिंगली हनुमकोंडा येथील होते. ते एक चतुर प्रशासक, तसेच संस्कृतचे उत्तम जाणकार होते. फारसी, तेलगू आणि इतर भाषा शिकण्यासाठी त्याला त्याच्या भाऊ अकण्णाने मदत केली.*

*सुलतानाला शपथेवर आश्वासन देण्यात आले की, शिवाजीच्या भेटीत कोणतीही अनुचित घटना घडणार नाही. ज्या परिस्थितीत शिवाजीला अफझलखान आणि शाहिस्तेखान यांच्यासोबत वागण्यास भाग पाडले गेले, त्या परिस्थितीची सुलतानाला कल्पना देण्यात आली. त्या स्पष्टीकरणाने त्याच्या काही शंका दूर झाल्या.*

*शिवाजीचे २५,००० सैनिकांचे सैन्य शांततेने वाटचाल करत आहे, हे त्याने ऐकले तेव्हा कुतुबशाही शासकाची छत्रपती शिवाजींबद्दलची भीती आणखी कमी झाली. सुलतानाच्या प्रजेला शिवाजी कोणताही त्रास देत नव्हता. किंबहुना शिवाजीने त्यांच्या गरजा स्वतः पैसे देऊन मिटवल्या होत्या.*

*शिवाजीचा हेतू विश्वसनीय असल्याची खात्री पटल्याने सुलतानाने शिवाजीला आमंत्रण पाठवले. छत्रपती शिवाजींनी हा विशेषाधिकार स्वीकारला.*

छत्रपती शिवाजी महाराजांच्या व्यक्तिचित्राचा शोध घेत असताना, ज्या काही प्रतिमा समोर आल्या आहेत, त्यात पुस्तकात छापलेली सालारजंग कला संग्रहालयातील एक प्रतिकृती सापडली आहे. कुतुबशाही अस्तानंतर अनेक मौल्यवान संस्कृती ठेवा व त्यातील वस्तुसंग्रह आजमितीला वेगवेगळ्या कला वस्तुसंग्रहालयामध्ये पाहावयास मिळतात.

बादशहा औरंगजेबाने इसवी सन १६८७मध्ये गोवळकोंडा मोगलांच्या अधिपत्याखाली आणला. औरंगजेबाच्या अंमलाखाली आल्याने कुतुबशाही १७१ वर्षानंतर संपुष्टात आली. इसवी सन १५२०मध्ये विजयनगर साम्राज्याने बहामनी साम्राज्याची सत्ता रायचूरच्या युद्धात संपुष्टात आणली.

तद्नंतर बहामनी साम्राज्याची सत्ता पाच वेगवेगळ्या प्रांतात विभागली गेली. 'कुतुबशाही', 'निजामशाही', 'आदिलशाही', 'बारीदशाही' आणि 'इमादशाही' अशा नावांनी ओळखू लागले.

हैदराबाद-गोवळकोंड्याची 'कुतुबशाही', जुन्नर-अहमदनगरची 'निजामशाही', विजापूरची 'आदिलशाही', बीदरची 'बारीदशाही' आणि वऱ्हाड-बिरारची 'इमादशाही' अशा प्रांतांमध्ये विभागली गेली. मराठेशाहीच्या उदयानंतर बहामनी सल्तनत, मोगल

व दख्खन संस्थानात मैत्रीपूर्ण संबंध निर्माण होऊ लागले. असे म्हणता येईल की, मराठेशाही आपले राजकीय महत्त्व या सल्तनतींना पटवून देऊ लागली.

छत्रपती शिवाजी महाराजांच्या राज्याभिषेकानंतर सर्वांत प्रथम दक्षिणेकडील राज्य गोवळकोंडा येथील राज्यकर्त्यांनी त्यांचे स्वागत केले. त्यांच्यामध्ये मैत्रीपूर्ण संबंध प्रस्थापित झाले होते. त्याच समयी शिवाजी महाराजांचे एक व्यक्तिचित्र काढण्यात आले.

इस्लाम राजवटींच्या काळात अनेक कलाकार पूर्व आशियातून भारतात आले होते. त्यांची एक शैली विकसित झाली होती. त्या शैलीमध्ये आपणाला समाजात समकालीन काम करणारे कलाकार कमी प्रमाणात दिसतात. त्या शैलीला आपण 'लघुचित्रशैली' वा 'मिनिएचर' असे संबोधतो. मोगलकालीन कला म्हणून ती अधिक विकसित झाली. उत्तर भारतातील राज्यांमध्ये या शैलीतील उत्तमोत्तम उदाहरणे संग्रहालयामध्ये पाहावयास मिळतात. अकराव्या शतकापासून सुरू झालेली मुस्लीम आक्रमणे सोळाव्या शतकापर्यंत सतत सुरू राहिली.

सतराव्या शतकानंतर स्थानिक राज्यकर्त्यांच्या जागृतीनुसार इस्लाम आक्रमणांना विरोध करून त्यांच्या सत्तेला आव्हानात्मक पवित्रा देण्याचे धैर्य निर्माण झाले होते. महाराणा प्रताप व छत्रपती शिवाजी महाराज हे त्यांतील अग्रणी योद्धे ठरले. महाराणा प्रताप यांचे राज्य मोघल साम्राज्याला जोडले गेले. शिवाजी महाराजांच्या युद्ध कौशल्यामुळे मराठ्यांचे सार्वभौम साम्राज्य उभे राहिले. त्यांच्या शौर्याची कीर्ती संपूर्ण भारतवर्षात होऊ लागली.

मुस्लीम राज्यकर्त्यांना त्यांच्या कर्तृत्वाची महती पटल्यानंतर त्यांच्या व्यक्तिचित्राची आवश्यकता भासू लागली. सर्वांत प्रथम इसवी सन १६७५मध्ये विजापूर दरबारी त्यांचे व्यक्तिचित्र चित्रण करण्यात आले. हे लघुचित्र शैलीत रंगवलेले चित्र सद्य:स्थितीत मुंबईत 'छत्रपती शिवाजी महाराज वस्तुसंग्रहालया'त पाहावयास मिळते. या संग्रहालयाला आपण पूर्वी 'प्रिन्स ऑफ वेल्स संग्रहालय' असे म्हणत असू.

शिवाजी महाराज यांच्या व्यक्तिचित्रणाचे संगतवार असे संशोधन झालेले नाही. त्या संदर्भात मला उत्सुकता होती. त्या उत्सुकतेने सतत पाठपुरावा केल्यामुळे ती जागृतही राहिली. याविषयी माझ्या नियमित कामाच्या कार्यकाळात जे जे संदर्भ मिळत गेले, त्यांची मांडणी करत राहिलो.

शिवाजी महाराजांच्या व्यक्तिचित्रासंबंधित इतिहास इसवी सन १६७५मध्ये विजापूर दरबारातील चित्रापासून सुरू होतो, असे प्रथमदर्शनी दिसते. त्या संदर्भात दख्खन सल्तनतचा पाचवा हिस्सा विजापूरची आदिलशाही सल्तनत म्हणून विभक्त झाली, असे आपण मध्ययुगीन इतिहासातून शिकत आलो. मात्र या सल्तनतींमधील धार्मिक धागेदोरे तसेच राज्यकर्त्या लोकांची धर्मांतरे, धर्मबंधने, सांस्कृतिक संदर्भ या सर्व गोष्टींचा 'दख्खन', 'डेक्कन', 'दक्षिण' असा उल्लेख होताना आढळतो. ती समाजव्यवस्था अभ्यासतो, तेव्हा प्रत्येक वेळेला एक नवीन धागा हाताला लागतो.

शिवाजी महाराज यांचे महत्त्व भारतीय तसे जागतिक राजकीय घडामोडीत महत्त्वाचे कसे आहे, याचा उलगडा डच, फ्रेंच, इंग्रज, पोर्तुगीज यांच्या पूर्वेकडील देशांच्या चौदाव्या शतकाच्या मध्ययुगीन काळापासून ते आधुनिक काळापर्यंत व्यापार तपासला, तर होत जातो.

शिवाजी महाराजांच्या पूर्वकालीन आणि उत्तरकालीन ऐतिहासिक घडामोडींच्या इतिहासात नोंदी आहेत. त्या तपासूनही घटनांचा क्रम लागतोच; पण सांस्कृतिकदृष्ट्या वा कलात्मकदृष्ट्या जेव्हा आपण त्याची मांडणी करायला जातो, तेव्हा इतिहास मांडणीतील कलाकारांच्या नोंदी शोधणे कठीण जाते. हा मुद्दा मी वारंवार नोंदवला आहे. तो अशासाठी की विद्यापीठाच्या संशोधन मांडणीत संदर्भाची माहिती देणे क्रमप्राप्त असते. तसे कलात्मक कार्यात कलाकाराचे नावही तितकेच महत्त्वाचे असते. पण त्याची नोंद होताना आशिया खंडातील कलाकृती नामविरहित नोंदवाव्या लागतात. एक तर कलाकार अंधारातच राहतो आणि कलावस्तू उजेडात राहते म्हणून ती समजते. हा विरोधाभास नक्कीच जाणवतो.

शिवाजी महाराजांच्या व्यक्तिचित्राच्या संदर्भात मुद्दा चर्चिला जात असतो. कारण शिवाजी महाराजांचे व्यक्तिमत्त्व जागतिक आहे. त्यामुळे देशोदेशीच्या संग्रहालयात त्यांच्या व्यक्तिचित्रांच्या प्रतिकृती, नकला अभ्यासकांनी तयार करून घेतल्या आहेत. छत्रपती शिवाजी महाराजांची प्रतिमा तयार झाली, ती इसवी सन १६७५मध्ये विजापूरच्या आदिलशहाने तयार करून घेतलेली आहे. मोगल दरबारात औरंगजेबाच्या भेटीला इसवी सन १६६६मध्ये गेले असता त्यांचे चित्र औरंगजेबाच्या मुलीने काढले, अशा रंजक कहाण्या मराठी कथाकारांनी आणि इतिहासकारांनी साहित्यात रंगवल्या आहेत. मात्र असा कोणताही पुरावा आधुनिक काळात देशोदेशीच्या संग्रहामधून मिळत नाही.

मोगलकालीन चित्रकारांनी रेखटलेले, सैन्यासह चालणारे शिवाजी महाराज असे लघुचित्र मात्र पाहावयास मिळते. मात्र जे व्यक्तिचित्र विजापूर दरबारातील कलाकारांनी बनवले आहे; ते दक्षिणेकडील कलाकार व त्यांची दख्खनी शैली म्हणून ओळखली जाते. मनुची हा इटालियन कलाकार मोगल दरबारी होता, असा उल्लेख इतिहासात येतो.

भारतात दक्षिणेत पूर्व आशियाचे कलाकार स्थलांतरित झाले, याचे विजापूरची आदिलशाही एक महत्त्वाचे कारण आहे. आदिलशाही शिया मुस्लीम पंथाच्या विचारधारेने मुस्लीम धर्माचा प्रचार व प्रसार करणारी राज्यव्यवस्था होती. आदिलशाहीचे संस्थापक शियापंथीय होते. हा पंथ प्रतिमांचा स्वीकार करणाऱ्या विचारांचा आहे, हे सर्व कलांचा अभ्यास केल्यावर लक्षात येते. सुन्नी पंथात प्रतिमांना संपूर्ण वाव नाही. त्यातल्या त्यात व्यक्तिचित्राला तर नाहीच नाही. फक्त शब्द आकार स्वीकारले जातात. 'सुन्नत'ने शब्द लिहिले. त्याच्या कॅलिग्राफिक म्हणजे सुंदर लेखनाच्या अनेक प्रतिमा पाहावयास मिळतात. शब्दरचना व आकाररहित रंगांची रचना स्वीकारतात. प्रतिमापूजन या पंथात पूर्णतः वर्ज्य आहे.

शिया पंथाच्या शासकांनी मात्र प्रतिमांना बंदी घातली नाही. प्रतिमांचा स्वीकार केला. इराण व इराक हे देश शियापंथीय समाजरचनेचे आहेत. त्या देशात आजही पुतळे बसवले जातात; पण सुन्नी पंथातील देशांमध्ये पुतळे बनवले वा बसवले जात नाहीत. व्यक्तिचित्रे, प्रतिमा चितारल्या जात नाहीत.

सौदी अरेबियासारखा देश सुन्नी पंथाच्या विचाराने प्रेरित आहे. बाकी मुस्लीम देशांतील सुन्नी पंथीय लोक स्वतःच्या घरात प्रतिमापूजन करत नाहीत. त्याचा प्रत्यय सर्व जगभर येतो. भारतातही सुन्नी पंथीयांच्या संस्था आजमितीला आहेत. त्यांचे व्यवहारही याच विचाराने प्रेरित आहेत.

आदिलशहाने तत्कालीन कलाकारांना इराणमधून आमंत्रित केले होते. त्यांना रोजगार निर्माण करून दिला होता. विजापूरमध्ये जो काही संस्कृती ठेवा आहे, ज्याचा आज आपण आनंद घेत असतो, तो शियापंथीय राजवटीतील कलाकारांचा कलाविष्कार आहे. रचना, कलात्मकता आणि कारागिरीचा नमुना आपण अनुभवत आहोत.

'गोलघुमट'सारखा जागतिक ठेवा वास्तुशिल्पातील एक उत्कृष्ट आणि एकमेव नमुना आहे. तसेच शिवाजी महाराजांचे एकमेव व्यक्तिचित्र हे त्याच दरबारच्या कलाकाराने

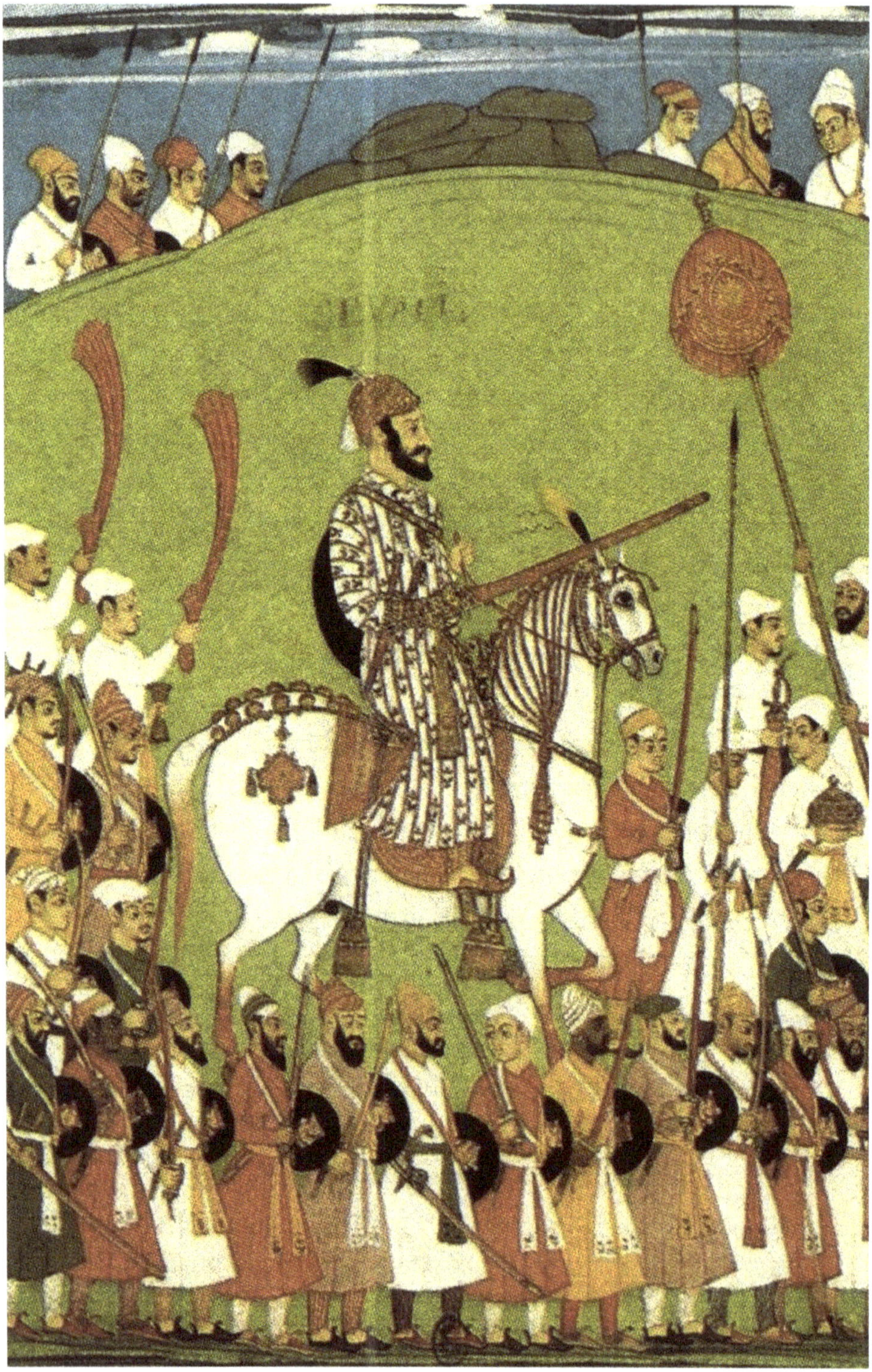

◄
मीर मोहम्मद याने छत्रपती शिवाजी महाराजांचे अश्वारूढ चित्र काढले आहे.
आकार : ३६४X१६१ मिमी, डेक्कन स्कूल, गोवळकोंडा, १७००
संकलन : म्यु गुईमेट, पॅरिसॉर्डिंग इटालियन साहसी प्रवासी मनुची यांच्या मते, हे पोर्ट्रेट पूर्णाकृतीपैकी एक आहे ज्यावरून ते कॉपी केले आहे. मीर मोहम्मद हा मुघल राजवाडामधील कलाकार मनुचीचा चांगला मित्र होता आणि औरंगजेबाचा मुलगा मुअज्जमचा कर्मचारी होता.

रेखांकित केले आहे, हे नमूद करणे अगत्याचे आहे. आज जगभरच्या आभासी जगातील दिसणारे ब्रिटिश लायब्ररीतील शिवाजी महाराजांचे व्यक्तिचित्र, हे विजापूरच्या दरबारातील काढलेल्या प्रतिमेची प्रतिकृती आहे. नक्कल आहे. गोवळकोंडा आणि कुतुबशाहीतील राजवटीत ती बनवून घेतलेली आहे.

तेराव्या शतकात उत्तर भारतात दिल्ली सल्तनत राज्य करत होती. त्यांचे लक्ष दक्षिण भारतात गेले. शिया, सुन्नी व सुफी पंथाच्या लोकांना दक्षिण भारतात पाय ठेवण्याची संधी मिळाली. त्याचे वर्णन अब्दुल जब्बार मुल्कपुरी यांनी संकलित केलेल्या दख्खनमधील 'सुफी संतांची चरित्रे' या ग्रंथात आहे. त्यातील भाषांतरित केलेला हा उतारा वाचल्यावर समजते.

सुफी सरमस्त हा दक्षिणेतील प्रथम सुफी संत म्हणून ओळखला जातो. यांना संत म्हणण्याऐवजी 'अवलिये' असे म्हटले जाते. 'संत' हा मराठी भाषेतील शब्द तेराव्या शतकात मराठीत ज्ञानेश्वरीमध्ये अधिक प्रमाणात वापरला आहे, असे संत साहित्याचे अभ्यासक डॉ. सदानंद मोरे यांनी निर्देशित केले आहे.

इसवी सन १२८१मध्ये सरमस्त अवलिया भारतातील दक्षिण प्रांतातील सोलापूर येथे कालवश झाला. इसवी सन १२७५ला संत ज्ञानेश्वरांचा जन्म झाला. त्यांची कारकीर्द वा इहलोक वास्तव्य अवघ्या २२ वर्षांचे होते. त्या काळात 'ज्ञानेश्वरी' लिहिली. त्यातील 'संत' हा शब्द मराठी भाषेत कोणत्या संकल्पनेचा निर्देशक आहे, हे वेगळेपण व मराठीपण समजून घेणे जरुरीचे आहे. 'सुफी' आणि 'वारकरी' यांतील फरक लक्षात येण्याजोगा आहे. हा मुद्दा मला आशिया खंडातील सुफी व दक्षिण भारतातील वारकरी यांचा अभ्यास करताना दिसून आला.

मुल्कपुरी यांच्या संकलनात अवलियांमध्ये सर्वांत प्रथम असलेले सरमस्त अवलिया यांच्याबाबतचा एक किस्सा आहे, तेराव्या शतकात अरबस्थानातून अरब भारताच्या दक्षिण भागात आले. ज्याला मुस्लीम धर्माचे लोक 'दख्खन' म्हणत असत. त्या वेळी दक्षिण भारतात मुस्लीम धर्माबाबत अधिक माहिती नव्हती. मात्र मुस्लिमांच्या दृष्टिकोनातून देवावर विश्वास म्हणजे अल्लावर विश्वास न ठेवणारी समाजव्यवस्था होती. हा दृष्टिकोन स्थानिक लोकांच्या दृष्टीने घातक ठरला.

सरमस्त अवलियांसोबत ७००पेक्षा अधिक साथीदार होते. त्यात फकीर, शिष्य आणि सैनिक यांचा भरणा होता. त्यांनी सोलापूर जिल्ह्यातील 'सागर' याठिकाणी वास्तव्य केले आणि तेथेच स्थायिक झाले होते. कुमार रामा नावाच्या एका शक्तिशाली आणि

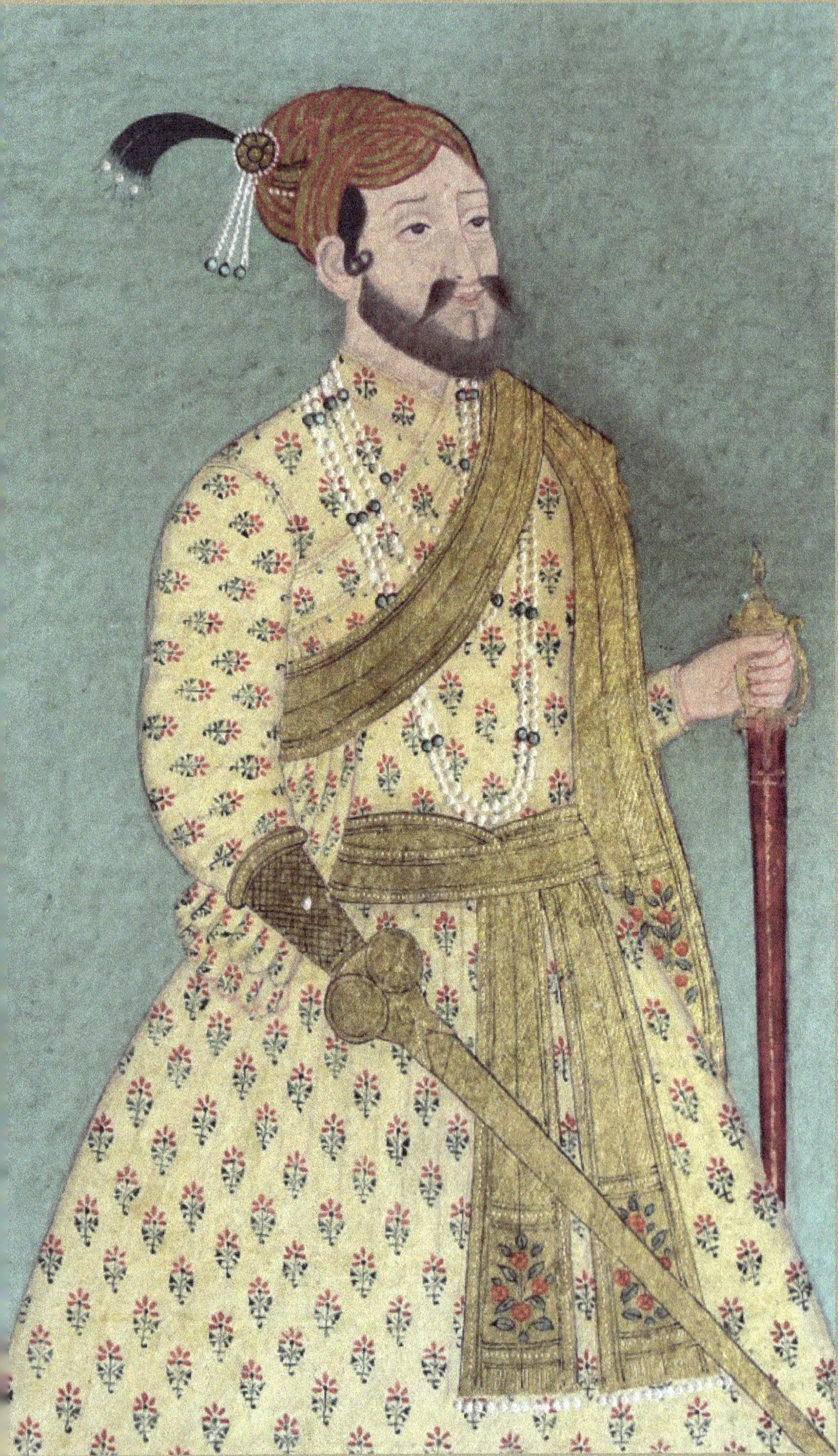

◀ गोवळकोंडा : दख्खनीशैलीतील छत्रपती शिवाजी महाराज यांचे लघुव्यक्तिचित्र

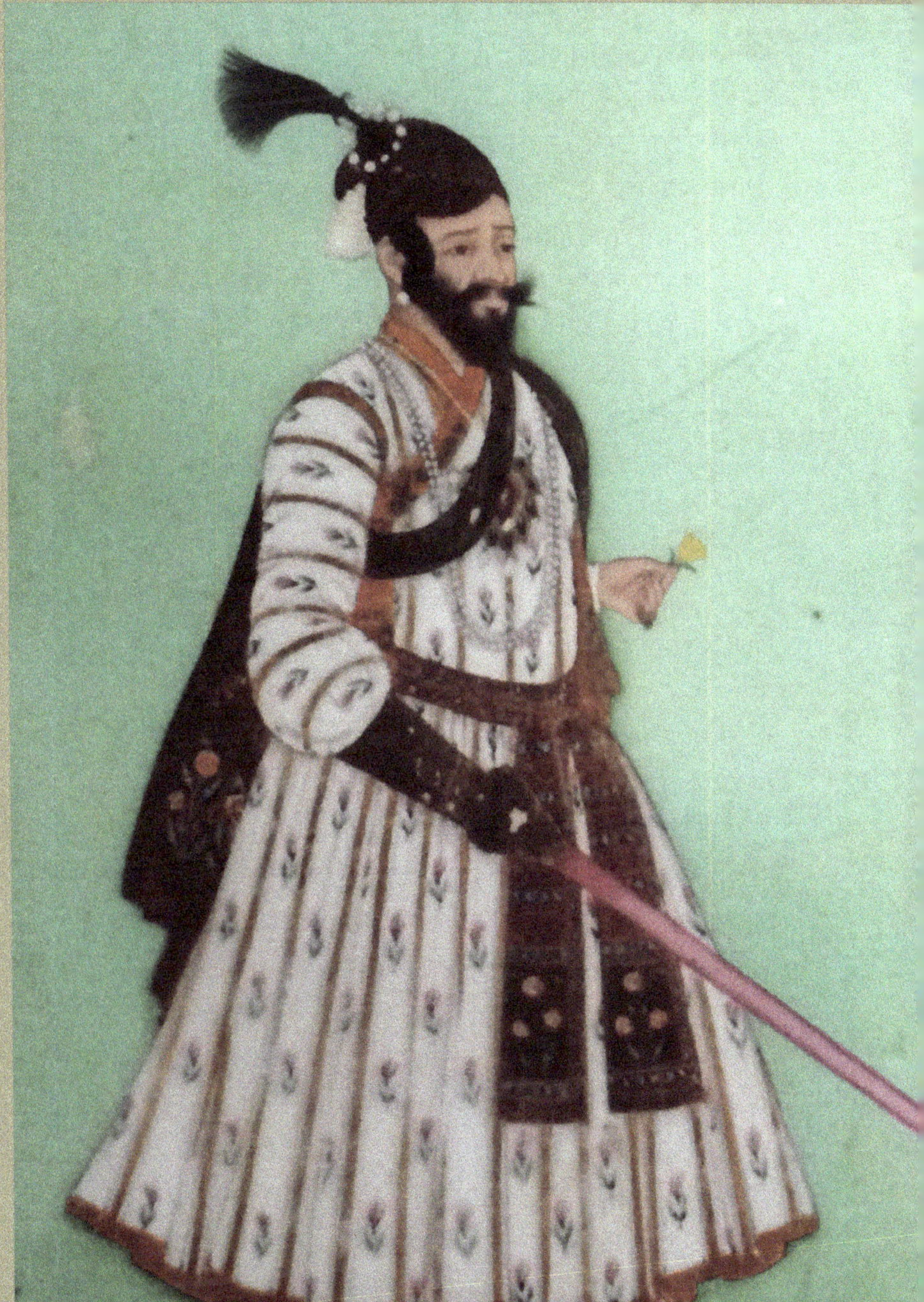

▶
गोवळकोंडा :
दख्खनीशैलीतील
छत्रपती शिवाजी
महाराज यांचे
लघुव्यक्तिचित्र,
हे चित्र जरीच्या
टोपामध्ये साम्य
असलेले आहे.
अपारदर्शक सोनेरी
रंग, आकार :
२७६ X १८७ मिमी,
Musée guimet,
Paris

मुस्लीम विरोधी राजाने अवलिया सरमस्त यांना हद्दपार करण्याची इच्छा व्यक्त केली. त्यांच्या साथीदारांनीही संघर्ष करण्याची तयारी दर्शवली. तेव्हा तुंबळ झुंज झाली. दोन्ही बाजूंनी ध्येयवेडे नायक मारले गेले. लकीखान अफगाण आणि निमतखान दिल्लीवरून सरमस्त अवलियाच्या मदतीला आले होते. बरेच हिंदू कामी आले. मुस्लिमांच्या बाजूने विजयाचे पारडे फिरले होते.

दक्षिण भारतातील संघर्ष शिवाजी महाराजांच्या शौर्याने चार शतकानंतर बदलण्याचा प्रयत्न झाला. मात्र या चार शतकांच्या काळात सांस्कृतिक, सामाजिक, राजकीय, उलथापालथ झालेली आपल्याला इतिहासाचा अभ्यास केल्यावर पाहायला व अभ्यासाला मिळते.

कला आणि साहित्य यांत अनेक पद्धतीने सरमिसळ झाली. मराठी भाषा मिश्रित झाली. फारसी, अरबी शब्दांनी मराठीत स्थान पटकावले. या सर्वांचा अभ्यास आपणाला करता येतो; पण कलेतील प्रवाह शोधणे फार अवघड जाते. छत्रपती शिवाजी महाराजांच्या व्यक्तिचित्रांचा अभ्यास करताना असेच तुकड्या-तुकड्यांत अभ्यास आणि संशोधन होत आले आहे.

विजापूर दरबारामधील रंगवलेले चित्र त्यानंतर गोवळकोंडा येथील कुतुबशाही राजवटीत रंगवलेले व्यक्तिचित्र ही दोन चित्रे सामान्यपणे स्वीकारार्ह आहेत. त्यात मुख्य विजापूरचा सर्वांत महत्त्वाचा शिवाजी महाराजांचा प्रतिमेचा पुरावा मानणे भाग पडते. विजापूर दरबारातील रंगवलेले लघुचित्र व गोवळकोंडा दरबारातील रंगवलेले चित्र या व्यतिरिक्त आणखी दोन लघुचित्रे महत्त्वाची ठरतात. ती आजमितीस नेदरलँड्स देशामधील ॲमस्टरडॅम शहरात असलेल्या रिजेक्स म्युझियम (Rijks museum)मध्ये व जर्मन देशांतील बर्लिन शहरात 'बर्लिन स्टेट लायब्ररी'त आहेत. दोन्ही लघुचित्रे परदेशी संग्रहात कशी पोहोचली, याचा शोध घेण्यात आला आहे. तरी काही प्रश्न अनुत्तरित आहेत.

हैदराबादमधील सालारजंग वस्तुसंग्रहालयातील व्यक्तिचित्र म्हणजे 'प्रोफाइल', एका बाजूने दिसणाऱ्या चेहऱ्यासारखे नाही, तर तीन-चतुर्थांश चेहऱ्याचे रेखांकन आहे. असे रेखाटन फक्त गोवळकोंडा येथील आहे. चेहऱ्याचे रेखाटन व शरीराचे रेखाटन पाहिल्यावर मूळ विजापूर येथील चित्राच्या संदर्भाने हे चित्र काढले आहे, असाच कयास करावा लागतो आणि त्यावर पुरावा ही मिळतो.

उभे राहण्याचा पवित्रा व भाव विजापूरकरांनी काढलेल्या चित्रांत प्रतिबिंबित आकार आहे. चित्रकार इथे उजवी बाजू डावीकडे असलेली दाखवतो. दोन्ही चित्राचे पोशाखातील साम्य पाहावयास मिळते. कपड्यावरील रेषा आणि नक्षी यांचा सारखेपणा आहे. गोवळकोंडा वस्तुसंग्रहालयातील कलाकारांची सफाईदार रेषा उठून दिसते. हे चित्र फक्त रेखाटन आहे. त्यात रंगकाम केलेले नाही. रंगकाम केलेले चित्र, अर्धचित्र आहे. या स्वरूपात ते लंडन येथील ब्रिटिश लायब्ररीत संग्रहित आहे. त्या चित्राचा अधिक प्रसार झाला आहे, तसाच सद्य:स्थितीत होत आहे. सद्य:स्थितीला सालारजंग संग्रहालयात असलेले रेखाटन हे चर्चेतही नाही.

गोवळकोंड्याची चित्रे रंगवलेली आहेत. त्यातील एक अल्बम ब्रिटिश लायब्ररीत आहे. त्यासोबत अनेक मुस्लीम सरदारांची व्यक्तिचित्रे आहेत. गोवळकोंड्याचा कलाकार वेगळा आहे आणि विजापूर दरबारातील कलाकार वेगळा आहे, हे लघुचित्र शैलीतील चित्र लेपणाच्या पद्धतीवरून समजते. या चित्रांची रेखाटन व रंगलेपन शैली प्रत्यक्षात पाहिल्यानंतरच लक्षात येते. शैलीसोबत वापरलेला कागदही एक वेगळेपणाचा महत्त्वाचा मुद्दा व पुरावा आहे.

तीन-चतुर्थांश रेखांकन उपलब्ध असलेल्या व्यक्तिचित्राच्या आधाराने शिवाजी महाराजांची प्रतिमा कशी तयार होते, याचा आराखडा काढणे शक्य आहे. रेखाटन व प्रतिमा १०० टक्के त्यांच्या चेहऱ्याचे स्वरूप असेल, असे शक्य होईल का, असा प्रश्न उभा राहतो. लघुचित्रात काढलेला चेहरा एका बाजूला पाहणारा आहे, अशी पद्धत मोगल रेखाटने करणाऱ्या कलाकारांनी विकसित केली होती.

आशियाई चित्रकारांची शैली आणि त्याच काळातील युरोपीय कलाकारांची शैली यात सामान्यतः फरक जाणवतो. चेहऱ्याचा त्रिमिती दाखवून छाया-प्रकाशाद्वारे त्यांच्यावर पडलेल्या प्रकाशाच्या माध्यमातून कमी-अधिक प्रमाणात उठाव दिसायला वा खोलपणा समजायला मदत होते. परिणामकारक चढ-उतार दाखवण्याला ते कारणीभूत ठरते. एखाद्या व्यक्तीची ओळख अशा पद्धतीच्या रंगछटांमुळे पटकन होत असे. प्रतिमा आकार घेत असे. रंगाचा विरोधाभास दर्शवत अशा पद्धतीने रंगलेपन अधिक प्रमाणात परिणाम साधतात. व्यक्तिचित्र तीन-चतुर्थांश पद्धतीच्या दृष्टिकोनातून आकर्षक दिसते, तसेच ते कलात्मकही दिसते. कलात्मकतेने भाग मनमोहक व सुंदर दिसतो.

कलात्मकतेचा भाग त्या छायाभेदाने नाट्यपूर्ण असे भाव निर्माण करण्यास कारणीभूत ठरतो. प्रकाशाचा झोत चेहऱ्यापासून किती दूर आहे, त्यावर प्रखर प्रकाश परावर्तित होतो. तो दर्शकाच्या नजरेत वेगळे भाव मुद्रित करतो.

मध्ययुगाच्या शेवटच्या टप्प्यावर चित्रकलेमध्ये युरोपीय देशांतील कलाकारांनी नवनवीन प्रयोग केले. भित्तीचित्रे, कॅनव्हास पेंटिंग, लाकडावरील पॅनल पेंटिंग, तांब्याच्या पत्र्यावर पेंटिंग, वेगवेगळे पृष्ठभाग असलेली माध्यमे चित्र रंगवण्यासाठी वापरली. तेल मिश्रित रंग, जलरंग असे जगभरच्या कलाकारांनी हाताळले. याच काळात रेम्ब्रांत (Rembrandt)सारख्या कलाकाराने रेखाटण्याची एक नवीनच पद्धत वापरली.

पंधराव्या शतकापर्यंत मुद्रणकलेचा विकास मोठ्या प्रमाणात झाला होता. तांब्याच्या पत्र्यावर सुईसारख्या टोकदार बोरू वा दाभण याप्रमाणे असलेल्या वस्तूने रेखाटन करण्याची कला विकसित केली. यात खोलवर रेषा उमटत होती. त्या रेषेत शाई भरून तांब्याची प्लेट स्वच्छ केल्यानंतर जिथे दाबाने ओरखडे वजा रेखाटन केलेले असे, त्यात शाई शिल्लक असे. त्या शाईचे कागदावर एका विशिष्ट दाबाने छाप घेऊन प्रतिमा तयार होत असे. नंतरच्या काळात या पद्धतीला 'मुद्राकला', 'छापचित्र' असेही म्हटले गेले. यांत अनेक पद्धती विकसित केल्या गेल्या. ऑफसेट पद्धत सर्वांत आधुनिक आहे. या पद्धतीत काढलेली रेखाटनाची पद्धत लघुचित्रांमध्ये वापरली गेली. मात्र रेषा हाताने काढत असत. चित्राची नक्कल (tressing) पद्धतीनेही होऊ लागली.

लघुचित्रानंतर रंग भरणे हाही एक प्रकार आहे. मध्ययुगीन काळात चित्र काढताना आशियातील एकेक चित्रकार हा एका विषयात निपुण असायचा. चेहऱ्याचे रेखाटन करणारा चित्रकार वेगळा, वेशभूषेचे काम करणारा कलाकार वेगळा, तर निसर्गचित्र काढणारा चित्रकार वेगळा. राजेरजवाडे व मोगल दरबारातील कलाकारांचे असे जथ्थे राजाश्रयाने काम करत असत. अशा चित्रांच्या कार्यशाळा या प्रत्येक राजाकडे किंवा बादशहाकडे असत.

युरोपीय कलेचा प्रभाव आशियातील कलाकारांवर होता, तसाच आशियातील कलाकारांचा प्रभाव युरोपीय कलाकारांवरही अधिक प्रमाणात पाहावयास मिळतो. जपान व चीन या देशांनी मुद्रणकला यामध्ये मध्ययुग आणि आधुनिक युगातही प्रावीण्य मिळवले होते. जपान व चीनमधील मुद्राचित्रे आजही त्या काळाचा संदर्भ अगदी उत्तमरित्या आपणासमोर मांडतात. ही चित्रे अनेक कलाकारांना प्रोत्साहित करत असतात. भारतातील लघुचित्रांचा मागोवा घेताना भूमिती आकाराची मांडणी ही

वास्तववादी चित्राच्या पद्धतीने दिसत असली, तरी याच्या रेखाटनशैलीत वेगळेपण असते. इमारतीची वा बांधकामाची यथार्थवादी शैली पाहिल्यानंतर आपणाला त्याची अधिक प्रचीती येते.

छत्रपती शिवाजी महाराजांच्या व्यक्तिचित्रांमध्ये फक्त पूर्णाकृती व्यक्तिचित्र आहे. त्यात अशा पद्धतीची मांडणी नाही. चिनी, जपानी, भारतीय यांनी जलरंगाचा वापर अगदी ख्रिस्तपूर्व काळापासून केला. मात्र मध्ययुगाच्या सुरुवातीपासून युरोपीय देशांनी रंगाचा वापर व्यक्तिचित्रण यासाठी प्रभावीपणे केला. चर्च परंपरेतील पाद्री लोकांची व्यक्तिचित्रे व्हॅटिकन सिटीत सर्वांना विपुल प्रमाणात पाहावयास मिळतात. युरोपातील इटली, स्पेन, पोर्तुगाल, ग्रीस, फ्रान्स या देशांत अशा व्यक्तिचित्रांची जपवणूक उत्तमरीतीने केली जाते.

भारतात मोगल साम्राज्यानंतरच्या काळात मराठेशाहीचे राज्य स्थापन झाले. मोगलांची कलेची वेगवेगळी ठिकाणे लघुचित्रशैलीसाठी प्रसिद्ध आहेत. परंतु मराठेशाहीच्या काळात असे कोणतेही कलेचे क्षेत्र विकसित झाले नाही, हा दैवदुर्विलास म्हणावा लागेल का? शिवाजी महाराजांच्या व्यक्तिचित्र संशोधनात जवळ जवळ वीस ते पंचवीस वर्षे कशी निघून गेली, हे आज लिहिताना समजून येत आहे. विचारांच्या फेऱ्यांचा जेव्हा केव्हा मी पुनर्विचार करतो, तेव्हा असे प्रश्न वा शंका उपस्थित होतात.

भारत स्वतंत्र होऊन ७५ वर्षांहून अधिक काळ झाला आहे. महाराष्ट्र राज्य स्थापन होऊन साठपेक्षा अधिक वर्षे झाली आहेत. पण भारतीय आणि महाराष्ट्रीय संस्कृतीला पुनर्स्थापित करणाऱ्या महापुरुषांच्या व्यक्तिचित्रांचा शोध घेण्याचे कार्य कोणत्याही सरकारी संस्थेने आणि निमसरकारी संस्थेने वा खासगी विद्यापीठाने हाती घेतले नाही, याचे आश्चर्य वाटत राहते. हा नकारात्मक दृष्टिकोन नक्की कशाचे द्योतक आहे, हे समजायला महाराष्ट्रातील विचारवंतांना धार्मिक, सामाजिक, राजकीय वर्तुळाच्या बाहेर पडायला पाहिजे, असे वाटते. समाजव्यवस्था अशा पद्धतीचे नेतृत्व सहन करते, हा संस्कृतीचा ऱ्हास आहे इतपत समजले तरी भाग्य समजावे का? छत्रपती शिवाजी महाराजांच्या तीन-चतुर्थांश व्यक्तिचित्राचा मागोवा घेताना मी या विचारापर्यंत येऊन पोहोचलो आहे.

कला रोजच्या दिनक्रमांत उत्क्रांत होत असताना या ताणतणावांचा प्रादुर्भाव कलाकारांच्या अंतर्मनावर छाप पाडून जात असतो. म्हणूनच असे प्रश्न उभे राहतात.

व्यक्तिचित्रातील ठळक वैशिष्ट्ये पाहताना चित्र रेखाटन कोणत्या कोनातून बसून केलेले आहे, हे पाहणे सर्वांत महत्त्वाचे आहे. मध्ययुगात चित्रकार वा शिल्पकार व्यक्तीला समोर बसवून, आपल्याला पाहिजे त्या पवित्र्याची मांडणी करून चित्र रंगवत असे किंवा रेखाटन करत असे.

विजापूर दरबारी काढलेल्या चित्रात त्यांच्या डोक्यावरील फेट्यात वा जरीच्या टोपात आणि खांद्यावरील जरीपटका यात सोनेरी मुलामा पाहावयास मिळतो. या पद्धतीची सोनेरी मुलामा असलेली चित्रे इराणमधील कलाकारांच्या कलाकुसरीची साक्ष देतात. सालारजंग म्युझियममधील छत्रपती शिवाजी महाराज यांचे व्यक्तिचित्र हे फक्त रेखाटन आहे; ते पूर्णाकृती आहे. ब्रिटिश लायब्ररीमधील चित्र हे मात्र पूर्णाकृती नाही; ते अर्धाकृती आहे.

छत्रपती शिवाजी महाराजांच्या व्यक्तिचित्रासंबंधात एक बाब प्रकर्षाने जाणवते. त्यांचा पोशाख सर्व चित्र नमुन्यांमध्ये एकसारखा आहे. पोशाखातील जिनसा त्याच आहेत आणि वस्तूही त्याच आहेत. बदल जो आहे, तो फक्त डावा-उजवा असा आहे किंवा नक्कल नाण्याच्या बाजूसारखी आहे. अभ्यासासाठी सालारजंग वस्तुसंग्रहालयातील व्यक्तिचित्र आणि मुंबईतील छत्रपती शिवाजी महाराज वस्तुसंग्रहालयातील व्यक्तिचित्र, हीच दोन महत्त्वाची चित्रे ठरतात.

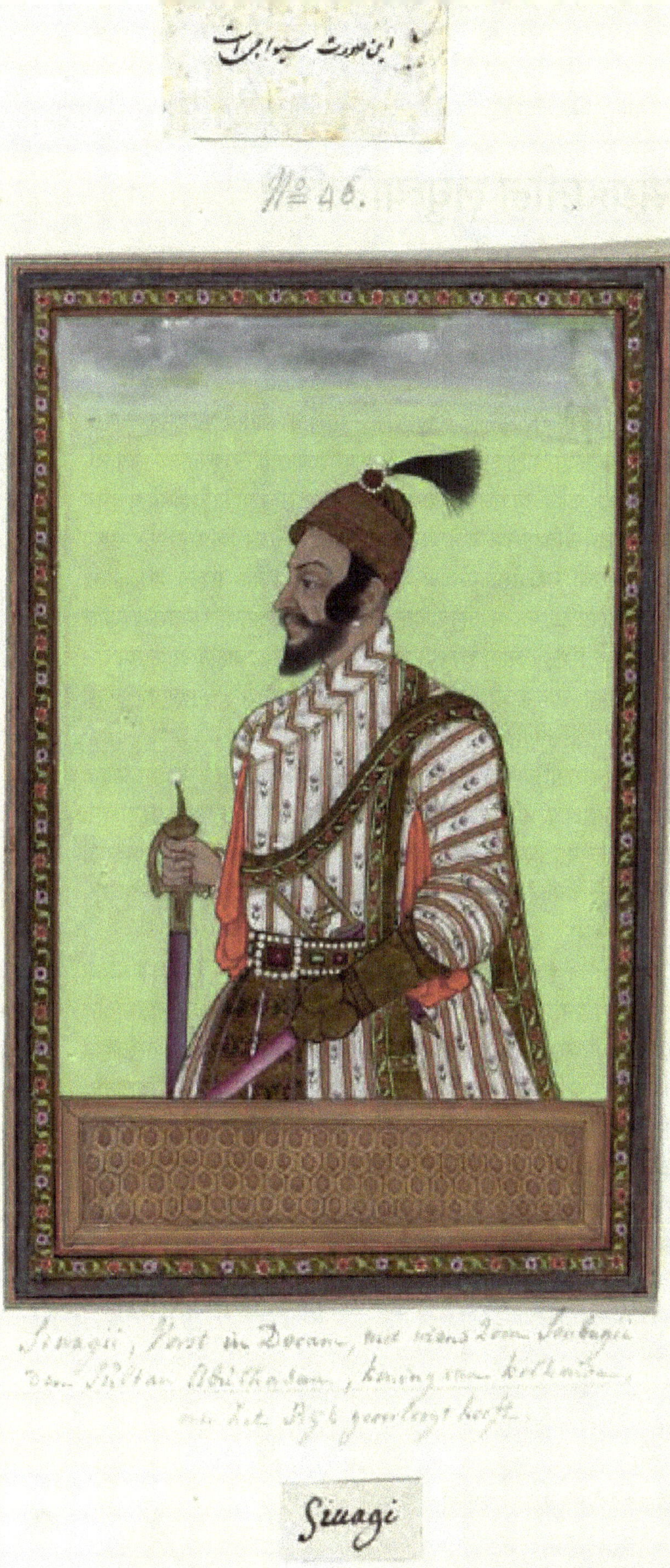


◀ गोवळकोंडा : दख्खनी शैलीतील छत्रपती शिवाजी महाराज यांचे लघुव्यक्तिचित्र

# डच संग्रहातील लघुव्यक्तिचित्रे

निकोलस विट्सनच्या (Nickolaas Witsen) संग्रहात मोगल सल्तनत-दिल्ली, कुतुबशाही-गोवळकोंडा आणि आदिलशाही-विजापूर दरबारातील राज्यकर्त्या पुरुषांची, व्यक्तींची लघुचित्रे आहेत. या राजघराण्यांसाठी विट्सन हा लघुव्यक्तिचित्र संग्रह, तसेच भारताच्या राजकीय ऐतिहासिक ज्ञानाचा स्रोत होता. निकोलस विट्सन १६९२मध्ये ॲमस्टरडॅम शहराचा महापौर असताना त्याच्या संग्रही हेंद्रिक फ्रँकन (Hendrik Franken) या प्रोटेस्टंट मंत्र्याने अनुवादित केलेले पर्शियन इराणी शिलालेखदेखील होते. ते अनेक वर्षे स्मिर्न (आता इज़्मिर) शहरात होते. यातील लहान आकारामधील १४×२० मिलिमीटर आकाराची लघुव्यक्तिचित्रे गोवळकोंडा येथे बनवण्यात आली होती. ती त्याने विट्सन यांना भेट दिली.

भारतीय चित्रकारांनी विशेषतः रेशम व सुती कापड व्यापारासाठी दख्खन प्रांतात तैनात असलेल्या युरोपीय अधिकाऱ्यांसाठी काम केले होते, असा उल्लेख सापडतो. तरी त्या चित्रांच्या अल्बममधील मजकूर पारशीमधील असून १६८५च्या मोगल हमल्यात तो रस्त्यावर विकल्याचीही नोंद आहे. पर्शियन भाषेचे भाषांतर डचमध्ये केलेले आहे, हा त्याचा पुरावा आहे.

निकोलस विट्सन (जन्म : १६४१ - मृत्यू : १७१७) अल्बम हा एकोणपन्नास (४९) लघुचित्रांनी बनला आहे. त्यात भारतातील सतराव्या व अठराव्या शतकातील शासक राज्यकर्त्या व्यक्तींची रंगीत लघुव्यक्तिचित्रे सामावलेली आहेत. या संग्रहात छत्रपती शिवाजी महाराजांचे एक लघुव्यक्तिचित्र आहे. ते चित्र विजापूर दरबारातील चित्रकाराने काढलेल्या चित्राची नक्कल असावी असे वाटते. कारण रंगसंगती, प्रमाण, पेहराव, कपड्यांवरील नक्षी यांच्यामध्ये सारखेपणा जाणवतो. हे चित्र पूर्णाकृती नाही. विजापूरच्या चित्रात पायापासून डोक्यावरील शिरपेचात खोवलेल्या तुऱ्यापर्यंत पूर्ण रेखाटन व रंगकाम केलेले आहे.

कॉलिन मॅकेन्झी (Colin Mackenzie) (जन्म : १७५४ - मृत्यू : १८२१) याच्या अल्बममधील चित्र व विट्सन अल्बममधील चित्र, तसेच आणखीन एक चित्र ज्याच्या पोशाखावरील नक्षी, नमुने सालारजंग वस्तुसंग्रहात असलेले, फक्त काळ्या शाईत तयार केलेल्या चित्रासारखे आहे. ज्यावर जर्मन भाषेत Sievagi असे लिहिले आहे. ते चित्र कॉलिन मॅकेन्झी संग्रहातील होते की, दुसऱ्या संग्रहातील होते, हे समजणे कठीण आहे. परंतु ते बर्लिन येथील बर्लिन स्टेट लायब्ररीत आजमितीस आहे. मात्र त्या चित्राची दखल कॉलिन मॅकेन्झी यांच्या अल्बम संबंधात घ्यावी लागेल. कारण त्याच पॅटर्नमधील लघुचित्रे आजमितीला ब्रिटिश लायब्ररीत आहेत.

विजापूर दरबारातील चित्राव्यतिरिक्त सर्व चित्रे अर्ध आकारात आहेत. ती पूर्णाकृती म्हणता येणार नाहीत. तसेच व्यक्तिचित्राभोवती चौकट, फ्रेम किंवा अंडाकृती आकाराची फ्रेम व त्याभोवती वेलबुट्टीची नक्षी सोनेरी रंगानी कागदावर रंगवलेली आहे. सोनेरी कागद चिटकवून सजावट केलेली नाही. सोनेरी कागदाची नक्षी सजावट असलेला अल्बम कॉलिन मॅकेन्झीच्या संग्रहात असलेल्या व्यक्तिचित्राभोवती आहे.

विट्सन अल्बममधील चित्रांभोवती ही सोनेरी नक्षी काढलेली आहे. परंतु अंगावरील कपडेसुद्धा (ड्रेपरी) सोनेरी कागद चिटकवून त्यावर रंगकाम केले आहे, हे प्रतिमांवरून लक्षात घेण्याजोगी बाब आहे.

## निकोलस विट्सन कोण होता?

निकोलस विट्सन (जन्म : १६४१ - मृत्यू : १७१७) याचा जन्म समृद्ध डच व्यावसायिक कुटुंबात झाला. त्याने लीडेन विद्यापीठात (Leiden University) कायद्याचा अभ्यास केला. झार राजवटीत रशिया आणि नेदरलँड्स यांच्यातील राजकीय, आर्थिक आणि सांस्कृतिक संबंधांमध्ये विट्सनसारखी महत्त्वाकांक्षी व्यक्ती अल्पावधीतच महत्त्वाची बनली. १६८२-१७०५ या दरम्यान अधूनमधून असे एकूण तेरा वर्षे तो ॲमस्टरडॅमचा महापौर होता.

## रशियाचा प्रवास

निकोलस विट्सनने वारंवार रशियात प्रवास केला आणि त्या प्रदेशाचा विस्तृतपणे शोध घेतला. त्याने १६६४मध्ये प्रथम मॉस्कोला भेट दिली. पूर्वेकडील व्यापार विस्तारामध्ये तीळ स्वारस्य होते. आयुष्यभर रशियन समाज, त्याचे सरकार, परंपरा आणि संस्कृतीने तो मोहित झाला होता. रशियाबद्दल अनेक प्रभावशाली पुस्तके आणि लेख त्याने लिहिले. १६८७मध्ये सायबेरियाचा पहिला नकाशा त्याने प्रकाशित केला.

## 'पीटर द ग्रेट'चा सल्लागार

निकोलस विट्सनच्या जहाजबांधणीतील कुशलतेमुळेच तो प्रथम रशियन झार 'पीटर द ग्रेट'च्या संपर्कात आला. १६७१मध्ये निकोलस विट्सन याने जहाजबांधणीबद्दलचे पहिले पुस्तक प्रकाशित केले, जे आजही एक महत्त्वपूर्ण संदर्भ ग्रंथ मानले जाते. जहाजबांधणीचे सर्वसमावेशक परंतु तपशीलवार वर्णन आणि व्यावहारिक रेखाचित्रे यांनी रशियन राजाचे लक्ष वेधून घेतले होते. युरोपीय मानकांनुसार सागरी ताफा तयार करण्याचा निर्धार त्याने केला होता. त्यामुळे पीटर द ग्रेटने निकोलस विट्सनशी विस्तृत पत्रव्यवहार सुरू केला. ज्यामुळे ॲमस्टरडॅममधील शिपहार्व्समधून युद्धनौकांसाठी अनेक ठिकाणांहून मागणी वाढली. त्यांच्यातील व्यापारी संबंध वाढले असले, तरी अनेक वर्षे ते दोघे प्रत्यक्ष एकमेकांना भेटले नव्हते.

## ॲमस्टरडॅममध्ये रशियन प्रशिक्षणार्थी

१६९७मध्ये निकोलस विट्सनने झारसाठी ॲमस्टरडॅम आणि सॅन्डहॅम (Sandhamn) येथील जहाजबांधणीच्या घाटावर गुप्त प्रशिक्षणाची व्यवस्था केली होती. त्याच्या अभ्यासदौऱ्यामध्ये 'पीटर द ग्रेट'ने केवळ जहाजबांधणीची कलाच नाही, तर अधिकारी, खलाशांची निवड तसेच प्रशिक्षण आणि आंतरराष्ट्रीय बंदर व्यवस्थापित करण्याच्या गुंतागुंतीबद्दलदेखील स्वतःला अद्यावत केले होते.

रशियाला परतल्यानंतर, त्याने सेंट पीटर्सबर्गच्या नवीन राजधानीत भविष्यातील रशियन ताफ्याचे प्रमुख म्हणून डच नौदल अधिकारी कॉर्नेलिस क्रूस यांची नियुक्ती केली.

'पीटर द ग्रेट'च्या नेदरलँड्सच्या दुसऱ्या भेटीदरम्यान, १० ऑगस्ट १७१७ रोजी त्याचा मृत्यू होईपर्यंत निकोलस विट्सनने रशियन सरकारचा अभ्यास आणि सल्ला देणे सुरू ठेवले होते. अलिकडेचे रशिया आणि नेदरलँड्समधील ऐतिहासिक दुव्यांचे एक मूर्त स्मरणपत्र म्हणजे 'ॲमस्टेलहॉफ' (Amstelhof) होय! हे ॲमस्टेल नदीच्या काठावर (क्रमांक ५१) ॲमस्टरडॅमच्या मध्यभागी असलेले एक मोठे आणि सुंदर वारसा घर (Heritage House) आहे.

युद्धात कामी आलेल्या सैनिकांच्या विधवांना राहण्यासाठी ही इमारत सतराव्या शतकात उभारण्यात आली होती. रशियातील सेंट पीटर्सबर्गच्या हर्मिटेज संग्रहालयासाठी सध्या त्याचे नूतनीकरण केले जात आहे. निकोलस विट्सन फाउंडेशनच्या वेबसाईटच्या नेव्हिगेशन बारवर हे 'ॲमस्टेलहॉफ'चे चित्र दाखवले आहे.

## महापौर आणि संरक्षक

१६८८मध्ये विल्यम तृतीय (III)च्या प्रस्तावानुसार विट्सनला इंग्लंडमध्ये चर्चा करण्यासाठी अनेक वेळा आमंत्रित केले होते. परंतु त्याच्या मनात या भेटीबद्दल अनेक शंका होत्या आणि त्याला काय सल्ला द्यावा हेही विट्सनला माहीत नव्हते. विट्सनच्या याच साधेपणामुळे विल्यम बेंट्रिक (Willem Bentrick)ने त्याला जगातील सर्वांत संवेदनशील माणूस म्हटले होते.

इतर तीन महापौरांपैकी; फ्रान्सचा व्यापारी, जीन अॅपेलमन (Gene Appelman), जोहान्स हुड्डे (Johannes Hudde) आणि कॉर्नेलिस गिलविंक (Cornelis Gillwink) यांनी बर्गमास्टर्स (Burgemeesters) या उपक्रमाला उघडपणे विरोध केला होता. अॅपेलमनला राजकुमाराने हे काम सोपवले नव्हते; त्यामुळे तो अनभिज्ञ होता.

विट्सन त्यानंतर पुढच्याच वर्षी लंडनला गेला. त्या वेळी ७,३०१,३२२ फ्लोरिन्स इतक्या खर्चाची पूर्तता करण्यासाठी अॅमस्टरडॅम शहराने त्याला पाठिंबा दिला. विल्यमने त्याला 'बॅरोनेट' म्हणून नाईट (Knight)ची ऑफर दिली; परंतु विनयशील विट्सनने त्याला नकार दिला.

तारुण्यातच विट्सनने सायबेरियातील वैशिष्ट्यपूर्ण कलाकृती गोळा करण्यास सुरुवात केली. हेरेनग्राक्ट (Herengracht)मधील त्याच्या घरात त्याने कोरल, लाखे, पुस्तके, चित्रे, शस्त्रे, पोर्सेलिनच्या वस्तू, कीटक, समुद्री कवच, भुसा भरून राखलेले प्राणी आणि मौल्यवान दगड यांचा संग्रह केला. महापौर म्हणून तो कला आणि विज्ञानाचा संरक्षक होता. त्याचा लिबनिझ (Leibniz)सारख्या जर्मन विद्वानांशी संपर्क होता. त्याने अँथनी व्हॅन लिडवेनहोक (Antonius van Lydwenhoek) यांच्याशी पत्रव्यवहार केला आणि त्याच्या सूक्ष्मदर्शकाखाली सूक्ष्मजीव शोधले. १६९८मध्ये विल्यम दि ब्लामिंग (Willem de Blaming) यांनी त्याला न्यू हॉलंड (ऑस्ट्रेलिया) येथून दोन समुद्री कवच देऊ केले आणि विट्सनने मार्टिन लिस्टर (Martin Lister) यांना रेखाचित्रे दिली. विट्सनने समुद्रप्रवासात गुंतवणूक केली होती. शोधापेक्षा व्यापार स्थापित करण्यात त्याने अधिक रस दाखवला, त्यामुळे इतर लोक त्याच्यावर नाराज झाले होते.

विट्सनने दक्षिण अमेरिकन देशांमध्ये अॅमस्टरडॅममार्गे बटाव्हिया (Batavia) कॉफी प्लांट्स आणण्याचा प्रयत्न केला. बोअरहावे (Boerhave) याने अंदाज लावला होता की, केप द्विकल्पात आणि त्याच्या आसपास वाढणाऱ्या बहुतेक वनस्पतींमधून विट्सनने १,५००हून अधिक वनस्पती-चित्रांचा संग्रह केला होता. त्यांना 'कोडेक्स विट्सनी'

(Codex Witsenii) म्हणून ओळखले जाते. 'अथेनिअम इलस्ट्रे' (Athenaeum Ll-lustre) येथील वनस्पतीशास्त्राचे प्राध्यापक कॅस्पर कॉमेलिन (Caspar Commelin) यांच्या ताब्यात ते 'कोडेक्स' गेले. हॉर्टस बोटॅनिकस (Hort Botanicus) येथे त्यावर काम केले. कॉमेलिनच्या मृत्यूनंतर, ते जोहान्स बर्मन (Johannes Berman) यांच्याकडे हस्तांतरित करण्यात आले.

विट्सनच्या 'कोडेक्स'मधून जोहान्स बर्मनला Rariorum africanarum plantarum ची निर्मिती करण्याची प्रेरणा मिळाली. या plantarum मध्ये त्यांनी सुमारे 6000 वनस्पतींच्या शास्त्रीय वर्गीकरण नोंदी केल्या आहेत.

शहरातील पाणीपुरवठा सुधारणा योजनेबद्दल विट्सनने चित्रकार, जॅन दि ब्रेझी (Jan De Bray) याच्याशी संपर्क साधला होता. इजिप्त आणि रशियामध्ये संपर्क प्रस्थापित होण्यासाठी त्याने चित्रकार आणि शोधक प्रवासी असणाऱ्या कॉर्नेलिस दि ब्रुइझन (Cornelis De Bruisen) याला मदत केली होती. किंबहुना, विट्सननेच ब्रुइझनला पर्सेपोलिस (Persepolis)ची रेखाचित्रे रॉयल सोसायटीला दाखवण्याचा आग्रह केला होता.

सायबेरियन भगत (shaman) शमनचे पहिले ज्ञात चित्र, निकोलस विट्सन याने तयार केले होते. विट्सनने या चित्राला 'भुताचा पुजारी' असे लेबल दिले होते. १६९२मध्ये 'सामोइड' आणि 'मांचू-टुंगस' भाषिक लोकांमधील प्रवासाचा लेखही त्याने लिहिला होता.

आजवर विट्सनला ४६ लोकांनी आपली पुस्तके समर्पित केली आहेत. यामध्ये अल्फर्ट डॅपर (Alfred Dapper) या साहसी प्रवासी लेखकाची अनेक पुस्तके आहेत. त्याचा मेव्हणा जोहान निहॉफ (Johann Niehoff) याचीही पुस्तके आहेत; ज्यात चिनी जहाजबांधणीचे वर्णन केले आहे. फायर होजचा शोध लावणारा जॉन व्हॅन डेन हेडेन (Jan van den Heyden), फार्मासिस्ट हर्मनस अँजेलकोट ज्युनियर (Hermanus Angelcoat Jr.) आणि पीटर लँगेन्डिजक (Peter Lagendijk) यांच्या पुस्तकांचा त्यात समावेश आहे. सुरिनाम (Suriname)मधील वनस्पती आणि कीटकांच्या चित्रांच्या प्रिंट्स प्रकाशित करण्यासाठी मारिया सिबिला मेरियन (Maria Sybilla Marion) हिला पीटरने मदत केली होती.

विट्सनला वैश्विकतेकडे जाणाऱ्या धर्मातही रस होता. चिनी तत्त्ववेत्ता, राजकारणी आणि शिक्षक, सेंट कन्फ्युशियस (Saint Confucius)च्या तत्त्वज्ञानामध्येही त्याला रूची होती. विट्सनच्या संग्रहात चीनमधील हान वंशाच्या काळातील अनेक आरसे सापडले. (आरशामध्ये सूर्यप्रकाश साठवून त्या माध्यमातून मृत व्यक्तींकडून मार्गदर्शन

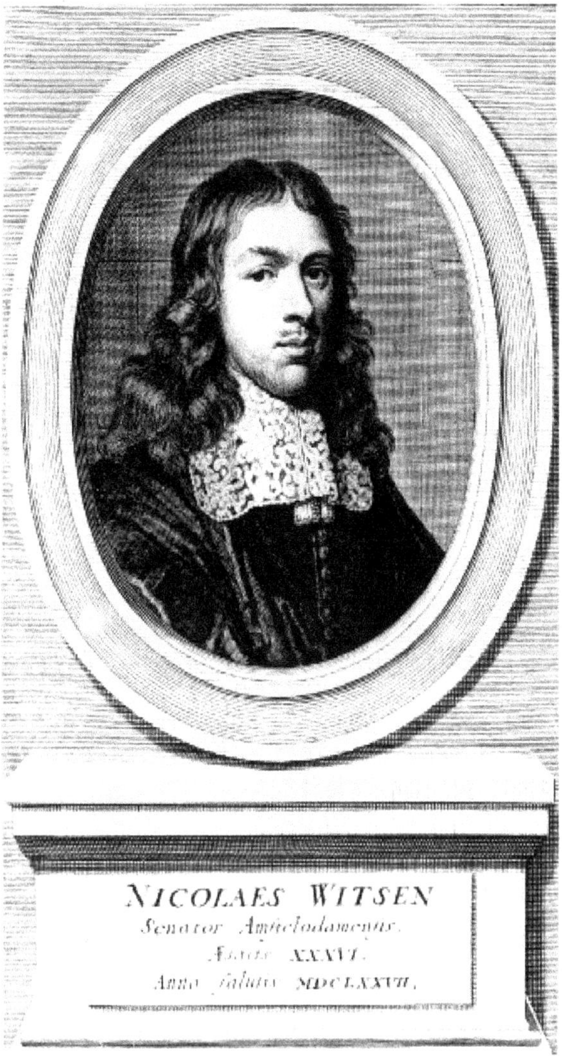


◀ १६९२मध्ये ॲमस्टरडॅम शहराचा महापौर असलेला निकोलस विट्सन

घेता येते अशी समजूत तत्कालीन चिनी आणि शमनवादी (Shamanism) लोकांची होती.) विट्सनचा त्यावर विश्वास होता. हे त्याच्याकडे सापडलेल्याा आरशाच्या संग्रहावरून लक्षात येते.

त्याचबरोबर अंधश्रद्धा विरोधी काम करणारा आणि जादूटोणा करणाऱ्या स्त्रियांना चेटकीण ठरवून ठार मारण्याच्या 'डायन हंट' (Diane Hunt) या कुप्रथेवर हल्ला चढवणारा बल्थासर बेकर (Balthasar Bekker) हा डच मंत्री आणि लेखक विट्सनचा मित्र होता. एकीकडे आरशासारख्या अतार्किक गोष्टींचा संग्रह करणारा आणि पुरोगामी विचारांचा मित्र जोपासणारा विट्सनच यामधून दिसून येतो.

# कॉलिन मॅकेन्झी संग्रह

कॉलिन मॅकेन्झी (१७५४-१८२१)
मद्रास इंजिनियर्स (१७८२-१८२१)
भारताचा सर्वेक्षक-जनरल (१८१७-२१)
ग्रंथलेखन : चरित्रात्मक रेखाटन
संकलन क्षेत्र : व्हिज्युअल आर्ट्स
संदर्भ : मॅकेन्झी कलेक्शन
विस्तार : ५१५ चित्रे
वापराच्या अटी : रेकॉर्ड पाहण्यासाठी अपॉइंटमेंट आवश्यक
एशियन आणि आफ्रिकन स्टडीज प्रिंट रूम स्टाफचा सल्ला आवश्यक
भाषा : भाषिक सामग्री नाही.
सामग्री : मॅकेन्झी संग्रह

**ग्रंथलेखन :** दिवंगत कर्नल कॉलिन मॅकेन्झी (Colin Mackenzie) यांच्या साहित्यिक कारकिर्दीचे हे चरित्रात्मक रेखाटन आहे. त्याने उजव्या विचारसरणीच्या मान्यवरांना उद्देशून लिहिलेल्या त्या पत्रात समाविष्ट आहे.

सर अलेक्झांडर जॉन्स्टन (Heer Alexander Johnston), VPRAS', 'द जर्नल ऑफ द रॉयल एशियाटिक सोसायटी,' (१८३४, पृष्ठे ३३३-६४), मॅकेन्झी, कर्नल कॉलिन मॅकेन्झी एडिनबर्ग आणि लंडन, (१९५२).

मॅकेन्झीने भारतातील त्याच्या अनेक वर्षांच्या सेवेदरम्यान मोठ्या प्रमाणात हस्तलिखिते, रेखाचित्रे आणि शिलालेखांच्या प्रती जमा केल्या. त्यातील १८२३मध्ये १४५४ रेखाचित्रे खरेदी केली; ती जुलै १८२३ला प्राप्त झाली. या संग्रहाचा काही भाग अखेरीस लायब्ररीत पोहोचला. तिथे युरोपीय भाषांमधील हस्तलिखिते तीन गटांमध्ये मांडण्यात आली होती.

**१. १८२२ संग्रह :** ज्यामध्ये डच छापील पुस्तकांचे इंग्लिश भाषांतर आणि जावा बेटावर स्थित 'जावानीज' हस्तलिखितांचा समावेश आहे. सरकारी खर्चाने तो संग्रह तयार केला आहे. मॅकेन्झीच्या मृत्यूनंतर त्याची पत्नी पेट्रोनेला हिने ईस्ट इंडिया कंपनीला तो हस्तांतरित केला. २७ एप्रिल १८२२ रोजी तो संग्रह लंडनला पोहोचला.

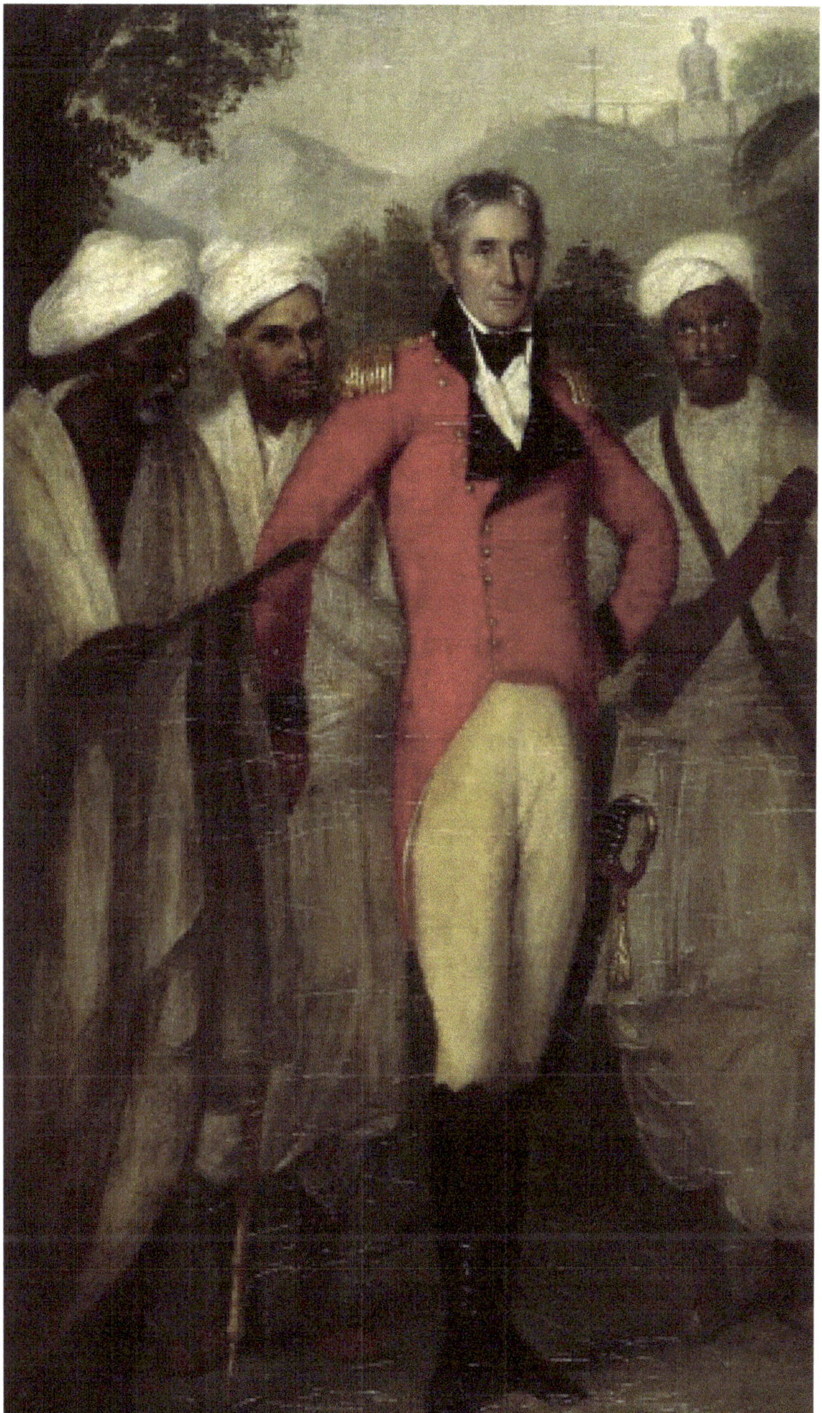

▶

स्कॉटिश कॉलिन
मॅकेन्झी
मद्रास रेसिडेन्सीमध्ये
ब्रिटिश ईस्ट इंडिया
कंपनीचा अधिकारी

**२. खासगी संग्रह :** डच भाषेतील अनुवाद. डच अधिकृत संग्रहांच्या प्रती आणि मॅकेन्झीने ठेवलेली खासगी नियतकालिके यांचा समावेश असलेला 'खासगी संग्रह'! १८२३मध्ये पेट्रोनेलाकडून ईस्ट इंडिया कंपनीने विकत घेतला. २५ आणि ३० एप्रिल १८२३ रोजी ग्रंथालयात जमा केला.

**३. जनरल कलेक्शन :** मॅकेन्झीच्या उर्वरित संग्रहातून जमा केलेले साहित्य होते. 'खासगी मालमत्ते'प्रमाणेच त्याची पत्नी, पेट्रोनेलाकडून खरेदी केले. होरेस हेमन विल्सन (Horace Heman Wilson) याने मॅकेन्झीच्या नोट्स आणि त्याचे काम यांचा वापर करून कोलकाता येथे त्याची यादी तयार केली होती. 'प्राच्य भाषेतील हस्तलिखिते आणि दक्षिण भारतातील साहित्य, इतिहास, आकडेवारी आणि पुरातन वास्तूंचे वर्णन करणारे इतर लेख लेफ्टनंट कर्नल कॉलिन मॅकेन्झी याने संकलित केलेले होते. १८२८मध्ये ते दोन खंडांमध्ये प्रकाशित झाले. (एका खंडातील दुसरी आवृत्ती १८८२मध्ये कोलकाता येथे प्रकाशित झाली. या आवृत्तीचे संदर्भ कॅटलॉगमध्ये दिले आहेत.)

हे काम प्रगतीपथावर असताना, साहित्याचा मोठा भाग तीन टप्प्यांत (१८२३, १८२५ आणि १८३३) ग्रंथालयात पाठवण्यात आला. शास्त्रीय आणि प्राच्य भाषांमधील हस्तलिखिते ग्रंथालयातील तत्सम संग्रहात विलीन केली गेली. युरोपीय भाषांमधील हस्तलिखिते 'मॅकेन्झी जनरल कलेक्शन' म्हणून वेगळी ठेवली आहेत.

या हस्तलिखितांच्या तीन संग्रहांची लायब्ररीसाठी संपूर्ण संदर्भसूची (कॅटलॉग) तयार केली होती. ब्लाग्डेन (Blagden), युरोपीय भाषांमधील हस्तलिखितांचे कॅटलॉग, खंड-१ : मॅकेन्झी संग्रह. भाग-१ : १८२२ संग्रह आणि खासगी संग्रह (लंडन, १९१६), आणि ई. एच. जॉन्स्टन (E. H. Johnston), युरोपीय भाषांमधील हस्तलिखितांचा कॅटलॉग, खंड-१ : मॅकेन्झी संग्रह. भाग-२ : सामान्य संग्रह, हस्तलिखितात रेखाचित्रे समाविष्ट आहेत, त्यांचे संदर्भ दिले आहेत.

तथापि, जुलै १८२३मध्ये 'जनरल कलेक्शन'च्या पहिल्या भागामध्ये मोठ्या संख्येने रेखाचित्रे होती, परंतु ती हस्तलिखितांचे अविभाज्य भाग नसल्याने कॅटलॉगमधून वगळण्यात आली.

विल्सनने त्यांची थोडक्यात सूची केली होती (१८८२ आवृत्ती, पृष्ठ ५८१ पाहा.) आणि ते लंडनला पोहोचले तेव्हा लायब्ररीने त्याची स्वतंत्रपणे सूची 'मॅकेन्झी कॉल : ड्रॉइंग' या हँड-लिस्टमध्ये केली होती, जी आता Mss Eur D562/3 म्हणून संरक्षित आहे.

प्रत्येक पुस्तक किंवा रेखाचित्रांच्या पोर्टफोलिओला एक 'पुस्तक क्रमांक' देण्यात आला आहे. मॅकेन्झीच्या स्वत:च्या पद्धतीनुसार प्रत्येक स्वतंत्र रेखाचित्रावर लाल शाईने आणखी एक क्रमांक टाकला आहे.

मॅकेन्झीच्या पेन्सिल शिलालेखांवर काही प्रकरणांमध्ये ते जतन करण्यासाठी त्यावर शाई लावली गेली होती, असे दिसते. या प्रक्रियेत अनेक 'ऑर्थोग्राफिक' त्रुटी निर्माण

झाल्या आहेत. या दोन सूचींव्यतिरिक्त रेखाचित्रांचे कधीही पूर्ण वर्णन केले गेले नाही. परिणामी व्हिज्युअल सामग्रीच्या मोठ्या संग्रहाची फारशी दखल घेतली गेली नाही. जी मॅकेन्झीच्या स्वतःच्या अनेक हस्तलिखितांचे केवळ स्पष्टीकरणच देत नाही, तर त्याच्या कारकिर्दीचे दस्तऐवजीकरणदेखील करतात.

निवृत्तीनंतर आपली सामग्री प्रकाशित करण्याची इच्छा मॅकेन्झीने व्यक्त केली होती. त्याच्याकडे अनेक स्केचेसच्या उत्तम प्रती होत्या. त्याने रेखाचित्रे पोर्टफोलिओमध्ये किंवा अंदाजे शीर्षक पृष्ठांसह आणि सामग्रीच्या सूचीसह व्हॉल्युममध्ये बद्ध करण्याची व्यवस्था केली होती. अशा प्रकारे व्हॉल्यूममध्ये बद्ध केलेली रेखाचित्रे प्राप्त झाली, तेव्हा ती क्रमाने घेतली होती.

ती प्राप्त झाल्यानंतर ग्रंथालयाने रेखाचित्रांची तेवीस पुस्तके सूचीबद्ध केली. यांपैकी आठ पोर्टफोलिओ सुट्या कागदांवर काढलेल्या ड्रॉइंगचे होते. पंधरा रेखाचित्रे बाउंड व्हॉल्यूम होती.

सध्याच्या कॅटलॉगमध्ये व्हॉल्यूम रिबाउंड केले गेले आहेत. त्यामध्येही सुटी रेखाचित्रे आहेत. परंतु मॅकेन्झीच्या प्रत्येक पोर्टफोलिओ किंवा व्हॉल्यूममधील स्वतःची व्यवस्था काळजीपूर्वक जतन केली गेली आहेत. कॅटलॉगमध्ये रेखाचित्रे जी पहिल्यांदा प्राप्त झाली त्या क्रमाने मांडली आहेत.

८ मे १८२१ रोजी भारतातील कोलकाता येथे असलेल्या कॉलिनच्याच घरी त्याचे निधन झाले आणि त्याला साउथ पार्क स्ट्रीट स्मशानभूमीत दफन करण्यात आले. मॅकेन्झीची  विधवा पत्नी, पेट्रोनेला (Petronella) हिने त्याचा संग्रह बंगाल सरकारला २०,००० रुपयांमध्ये त्याचे संकलन देऊ केला. त्यानंतर त्याचे मूल्य 'लॉ फर्म पाल्मर' आणि सहसंकलन यांनी केलेल्या मूल्यांकनानुसार 'वाजवी भरपाई' म्हणून १,००,००० रुपयांपर्यंत पोहोचले.  बंगाल सरकारने ते मूल्य देऊन संग्रह प्राप्त केला.

१८२३मध्ये मॅकेन्झीची पत्नी, पेट्रोनेलाने लेफ्टनंट रॉबर्ट पेज फुल्चर (Lieutenant Robert Phase Fulcher) याच्याशी 'केप ऑफ गुड होप' येथे दुसरा विवाह केला. फुल्चर इंग्लंडला जाणाऱ्या जहाजावरील सहप्रवासी होता. त्याची मूळ योजना कॉलिनची  बहिण, चमियालासोबत स्टॉर्नोवे येथे जाऊन वास्तव्य करण्याचा त्याचा उद्देश होता. मॅकेन्झीने मृत्यूपत्रात आपली बहीण चमियाला (chamiyala) हिला ५ टक्के देऊ केले होते.

त्यांचा बराचसा दस्तऐवज, हस्तलिखिते, कलाकृती आणि कलाकृतींचा संग्रह आता 'ब्रिटिश म्युझियम' आणि 'ब्रिटिश लायब्ररी'च्या 'ओरिएंटल अँड इंडिया ऑफिस कलेक्शन'मध्ये आहे, त्याचा काही भाग मद्रासमधील सरकारी संग्रहालयात आहे.

सॅम्युअल जॉन्स्टन (Samuël Johnston) आणि हेस्टर जॉन्स्टन यांचा मुलगा, सर अलेक्झांडर जॉन्स्टन (Heer Alexander Johnston) यांनी कॉलिन मॅकेन्झीच्या जीवनावर एक संस्मरण लिहिले आहे.

# एड्रियन कॅन्टर फिशर

अठराव्या शतकात एड्रियन कॅन्टर फिशर (Andreen Canter Fischer) (जन्म : १७०७, मृत्यू : १७८२) हा 'डच ईस्ट इंडिया कंपनी'चा भारतातील प्रतिनिधी होता. त्याच्या सेवेअंतर्गत २८ भारतीय लघुचित्रांसह काही हस्तलिखिते आणि कोरोमंडल किनाऱ्यावरील ठिकाणांचे दोन नकाशे त्याने लिहिलेल्या मजकुरासह दोन भागांत समाविष्ट केले आहेत. मोगल साम्राज्याचा इतिहास व कोरोमंडल किनाऱ्यावरील वसाहती डच ईस्ट इंडिया कंपनीच्या (VOC) आर्थिक परिस्थितीबद्दल सतरावा हेरेन (Heren xvii) याला दिलेल्या सल्ल्याचे पालन यामध्ये केले आहे.

या हस्तलिखिते व लघुचित्रांच्या निर्मितीचा काळ इ.स. १६७५ ते १७५५मधील आहे. त्याच्या संग्रहात शंभुजी राजे १६५० ते १६९९ अशी नोंद असलेले लघुचित्र आहे. 'शंभुजी' (Senbugii) असा उल्लेख आहे. हे लॅटिन मूळाक्षरांनुसार जर्मन भाषेत लिहिले आहे. जर्मन व पर्शियन संबंध सतराव्या शतकात अधिक वाढीस लागले होते. मोगल दरबारात अरबी व पारसी भाषा, तसेच गोवळकोंडा दरबारातही पारसी भाषा राज्यकारभारासाठी वापरली जात होती.

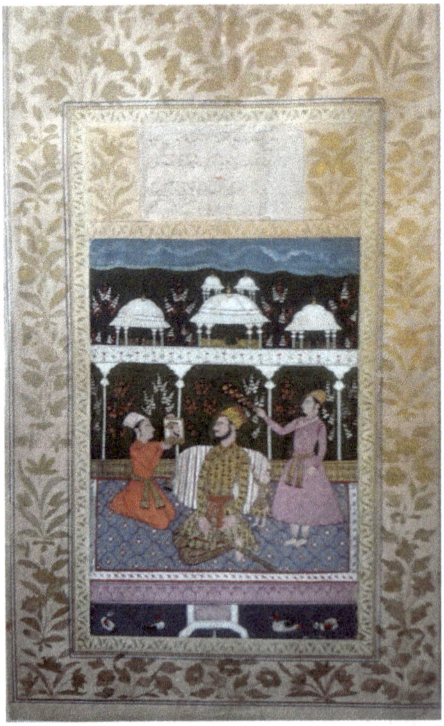

◀ एड्रियन कॅन्टर फिशर यांच्या संग्रहातील 'शंभुजी' वा संभाजी महाराज यांचे लघुव्यक्तिचित्र

# विट्सन अल्बममधील वैशिष्ट्ये

विट्सन अल्बममधील शिवाजी महाराज यांच्या व्यक्तिचित्राची वैशिष्ट्ये

- **रंगसंगती :** डोक्यावर असलेल्या जरीच्या टोपाचा रंग सोनेरी; जो ऑलिव्ह वा पिवळ्या रंगाचा परावर्तित रंग आहे. सद्य:स्थितीत ज्या कोनातून फोटो घेतला आहे, त्याप्रमाणे तो बदलतो. कारण पुनर्मुद्रित प्रतिमा वा डिजिटल प्रतिमा ठरावीक एका कोनातून घेतली, तरच तिच्या सोनेरी फॉईलचा रंग चमकताना दिसतो.
- त्याची किरमिजी (crimson) व जांभळ्या रंगाचे मिश्रण असलेली किनार. ताना हिरव्या रंगाचा, तर बाना जरीच्या धाग्याचा असावा, असा भास प्रतिमेत होतो. पण वास्तवात सोनेरी फॉईल कागदात रूतून बसावी म्हणून अधिक दाबाने ती कागदावर सरळ रेषेत दाबली आहे. त्यामुळे कापड विणल्याचा भास निर्माण झालेला आहे. तयार झालेली चमक जरीपटक्याच्या पोतातून येते. त्याचे चित्रण वास्तववादी चित्रासारखे दिसते.
- जरीपटक्यात एकच तुरा असून तो खोवण्याच्या ठिकाणी मोत्याचे विणलेले गोलाकार बटण दिसते.
- कानातील मोती हा अंडाकृती वक्राकार आकारात एकाच बाळीसारखा आहे.
- केसांच्या बटांचा गोंडा कानाच्या बाजूकडे वळवलेला आहे. इतर चित्रांमध्ये तो गालावरून नाकाकडे वळलेला आहे.

विट्सनच्या अल्बमचे आतून आणि बाहेरून कातडी आवरण ▶

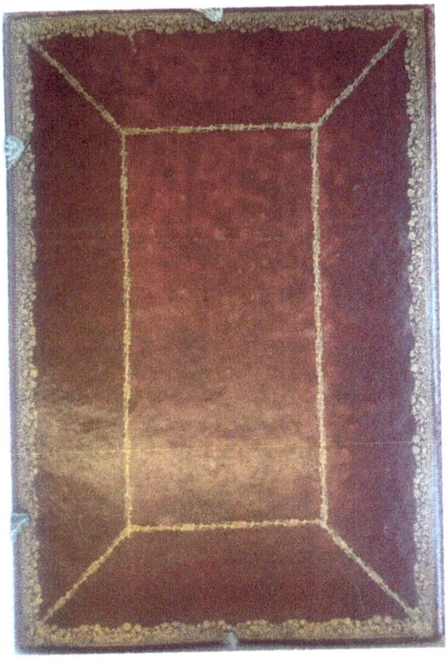

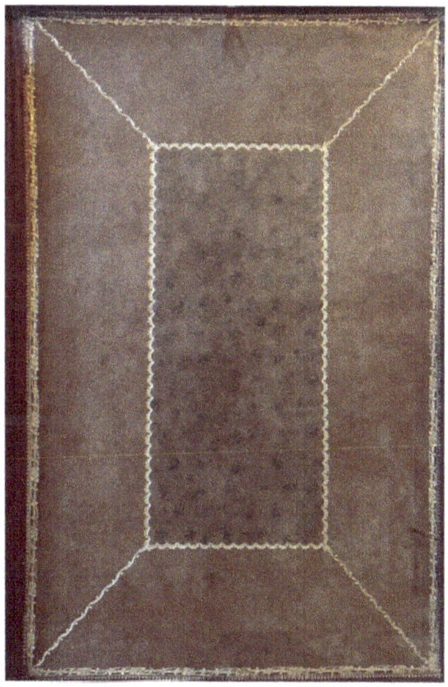

- गळ्यात मोत्याची माळ घातलेली नाही.
- सदऱ्याला जरीची किनार नाही.
- कंबरपट्टा सुलभरीतीने अडकला असून, त्यात खंजीर खोचला आहे.
- काखेत भगव्या रंगाचा शेला, ज्याला मुस्लीम सरदार 'जामा घातला', असे म्हणतात, तोही शिवाजी महाराज यांच्या लघुव्यक्तिचित्रात रंगवलेला आहे. खाली ओघळलेले वा झोळीसारखे कापड, असा तो दिसत आहे. दांडपट्टा डाव्या हातात, तर उजव्या हातात फ्रेंच बनावटीची तलवार आहे.
- सदऱ्यावर लाल रंगाचे उभे पट्टे आहेत.
- खांद्यावरून घेतलेला लांब शेला. जरीचा टोप सोनेरी रंगाचा, मात्र किनार वेलबुट्टी आणि फुलांची रचना असलेला आहे.
- शरीरयष्टी, मध्यम बांध्याची आहे.

इतिहासात शैलीदार जरीपटका बांधणारे व्यक्तिमत्त्व फक्त शिवाजी महाराजांचे पाहावयास मिळते. त्यांचे हुबेहुब चित्र रेखाटन आणि रंगसंगती या व्यक्तिचित्रात पाहावयास मिळते. वास्तववादी चित्राचा नमुना व उदाहरण म्हणून याचा विचार केला, तर तो उजवाच ठरावा असे म्हणावे लागेल.

एक तर हे चित्र बनवणारा कलाकार रंग आणि रेखाटनाचा उत्तम कारागीर असावा याचाही प्रत्यय येतो.

विट्सन याच्या संग्रहातील एकोणपन्नास (४९) लघुव्यक्तिचित्रे ही त्याने नेमलेल्या कलाकारांनी निर्मिली, रंगवलेली आहेत, असा कधी कधी उल्लेख केलेला आहे. मात्र हे सत्य नाही.

एकतर निकोलस विट्सन (Nicholas Witsen) भारतात कधीही आलेला नाही. दोन्ही संग्रहातील शैली वेगळी आहे, हे तो संग्रह पाहिल्यानंतर लक्षात येते.

ब्रिटिश संग्रहालयात असलेले शिवाजी महाराज यांचे व्यक्तिचित्र वक्राकृती आकाराच्या नक्षीदार रचनेत चेहरा व कंबरेपर्यंतचा भाग चित्रित केलेला असे आहे. तर विट्सन अल्बममधील चित्र मात्र चौकटीतील आकारात आहे. चौकट रंगतदार नक्षीने चितारलेली आहे. खालील बाजूस जाळीचा नमुना आहे, जो ४९ चित्रांमध्ये सारखा ठेवलेला आहे. त्याचे प्रमाण अल्बममधील सर्व चित्रांमध्ये समप्रमाणात आहे. चित्रातील दृष्टिरोख पानाच्या उजव्या बाजूला ठेवून रंगवला आहे.

व्यक्तिचित्रात केसांच्या बटांचा आकार कानांकडे वळवला आहे. डाव्या कानाच्या पाळीत गोलाकार ऐवजी वक्राकार, अंडाकृती आकारात बाळीच्या आकाराचा दागिना दिसतो.

पेहरावात असलेली शेल्याची बांधणी, कंबरपट्ट्याची रचना व बांधणी वेगळी आहे. कंबरपट्ट्यात खंजीर प्रमाणबद्ध खोचलेला आहे. दोन्ही काखेत भगव्या रंगाचा शेला उर्दू वा पर्शियनमध्ये 'जामा' म्हणतात तसा वा भवानीमातेची निशाणी म्हणून 'झोळी' म्हणावी असे कापड दिसते आहे, पण ते तसे नसावे, असे वाटते. डाव्या हातात दांडपट्टा, तर उजव्या हातात फ्रेंच पद्धतीची सरळ तलवार आहे. चित्राची पार्श्वभूमी निळसर-हिरवा / फिका एमराल्ड अशा रंगात रंगवली आहे.

वरच्या भागात ढगांनी भरलेले हलक्या निळसर, पारवा रंगाचे आकाश आहे. सर्वत्र सोनेरी फॉईल म्हणजे कागदी सोने यांची सजावट या व्यक्तिचित्रातील कागदावर आहे. ४९ चित्रे एकाच पद्धतीने रंगवली आहेत. ही सर्व चित्रे एकत्र पाहिल्यावर लक्षात येते.

चार वेगवेगळ्या चित्रकारांनी किंवा चित्रशाळांनी रंगवलेले शिवाजी महाराज यांचे व्यक्तिचित्र पाहिल्यावर त्यांतील फरक कलाकारांच्या वैयक्तिक कलोपासनेवर आधारलेला दिसतो. प्रत्येक चित्रागणिक त्याची चिकित्सा केलेली आहे. त्यात मुंबईस्थित कलासंग्रहातील व्यक्तिचित्र कालानुक्रमाने मूळ व प्रथम मानावे लागते. उर्वरित तीन व इतर भारतीय संग्रहातील व्यक्तिचित्रे, त्यांची रचना व आकार वेगवेगळे आहेत.

त्याकाळी भारतात व्यापारउदीम करण्यासाठी युरोपीय देशांतील व्यापारी येत. त्यांतील डच ईस्ट इंडिया कंपनी (VOC) एक होती. त्यांनी व्यापारबरोबर इथल्या कलेमध्येही रुची घेतलेली दिसते. कंपनीच्या अधिकाऱ्यांनी इथल्या काही राजे-रजवाड्यांची लघुव्यक्तिचित्रे स्वतंत्ररित्या काम करणाऱ्या कलाकारांकडून बनवून घेतलेली दिसतात.

चित्र तयार करताना; मूळ १६८५चे व्यक्तिचित्र, जे विजापूर दरबारातील चित्रकाराने बनवलेले ते प्रमाण मानून तयार केलेले आहे. यात कसे फरक केले गेले आहेत, त्याचे विवेचन आधी केले आहे.

ही चारही लघुव्यक्तिचित्रे एकत्र पाहिली असता, सदऱ्यावरील नक्षी, पट्टे, रंग, सोनेरी कागदाचा वापर, डावे-उजवे उभे राहणे, या सर्व तफावती वा फरक, वाचक स्वतः अजमावून पाहू शकतो. त्यासाठी ही चार चित्रे एकत्र मांडण्याचे प्रयोजन येथे केले आहे.

'भारत इतिहास संशोधन संस्थे'त फ्रान्सिस्कस व्हॅलेन्टाईनने लिहिलेल्या इतिहासाची डच कॉपी (नक्कल) सुपूर्द केली, तेव्हा हा विषय समजावून सांगताना मी दोन चित्रांमधील फरक प्रेक्षकांसमोर मांडला होता. Youtube वर त्याचा व्हिडिओ www.youtube.com/ bhaskarhande या चॅनेलवर पाहावयास मिळतो.

व्यक्तिचित्रांचा संशोधन काळ अनेक वर्षांचा आहे. व्यक्तिचित्रे तयार करण्याचा काळ विट्सन अल्बमच्या माहितीनुसार १६८६मध्ये नमूद केलेला आहे. मोगल बादशहा औरंगजेबाने दक्षिणेत स्वारी करून गोवळकोंडा राज्य १६८५-८७मध्ये नेस्तनाबूत केले आणि मोगल साम्राज्याला जोडले. पुढे हे हैदराबादचे 'निझाम राज्य' म्हणून उदयास आले. दक्षिणेकडील राज्ये म्हणजे विजापूरचा आदिलशाह, म्हैसूरचा सुलतान व गोवळकोंड्याचा बादशहा यांच्या दरबारी असलेल्या कलाकारांशी युरोपीय व्यापाऱ्यांचे आर्थिक संबंध किती घनिष्ठ व मतलबी असतील, हे अशा अल्बममधील चित्रांच्या प्रतींवरून समजून येतात.

मराठेशाहीत १६६४ला शिवाजी महाराजांचे राज्यारोहण झाल्यावर दख्खन प्रांतातील गोवळकोंडा हे राज्य प्रथमतः मराठेशाहीची ताकद ओळखून छत्रपती शिवाजी महाराजांचा गौरव करण्यास पुढे आले होते. हे युरोपीय व्यापाऱ्यांच्या नजरेतून नक्कीच सुटले नसणार.

भारतातील महत्त्वपूर्ण व्यक्तींच्या रांगेत शिवाजी महाराजांचे महत्त्व असल्याचे १६५०च्या अगोदरपासून युरोपीय व्यापाऱ्यांनी जाणले होते. सर्वप्रथम युरोपातील डच इतिहासकाराने याची नोंद पुस्तकात केलेली आहे.

तो ग्रंथ १७२७मध्ये प्रथम डच भाषेत प्रसिद्ध झाला आहे. त्यातील नोंदी या ऐकीव गोष्टींवर नाहीत, तर समकालीन घटनांनुसार केलेल्या आहेत. फ्रान्सिस्कस व्हॅलेन्टाईन व कॉलिन मॅकेन्झी या व्यक्तींनी पूर्व आशियात व खासकरून भारतात त्यांच्या आयुष्याचा बराच काळ व्यतीत केलेला होता. त्यांचे जीवनकार्य पाहिल्यावर हे सिद्ध होते.

विट्सन याचे घराणे सोळाव्या शतकापासून डच राजकारणात, डच ईस्ट इंडिया कंपनी आणि रशिया, चीन व मध्य आशियाशी व्यापार करणारे होते. विट्सन घराण्यातील व्यक्ती अनेक काळ अधिकार पदावर होत्या.

उदाहरणार्थ, ॲमस्टरडॅम शहराचे महापौर पद १६४६च्या दरम्यान या घराण्याकडे होते. तसेच निकोलस विट्सन हा अकरा वर्षे ॲमस्टरडॅम शहराचा महापौर होता. गोवळकोंडा राज्य संपुष्टात आल्यानंतर मोगलांची राजवट दक्षिणेत पसरली. विट्सन अल्बममधील ४९ लघुचित्रे बहुतेक करून दक्षिणेतील सरदारांची आहेत. तसेच

उत्तरेकडील मोगलांच्या मुख्य बादशहांची व राजपुत्रांची आहेत.

सोळाव्या शतकातील मोगल बादशहांची व्यक्तिचित्रे त्यात समाविष्ट आहेत. मुखत्वे करून सतराव्या शतकातील दख्खनमधील सरदारांची व्यक्तिचित्रे अनेक आहेत. मोगल साम्राज्यातील बादशहांची तसेच राजपुत्रांची, सरदारांची व्यक्तिचित्रे ही सतराव्या शतकातील पूर्वार्ध आणि उत्तरार्ध सुरुवातीचा काळ, असा वेगळा विभाग रॉयल वस्तुसंग्रहालय, ॲमस्टरडॅममध्ये आहे.

ब्रिटिश लायब्ररीतही असाच भाग आहे. इंग्रज अधिकाऱ्यांचा मूळ उद्देश मोगल साम्राज्याशी व्यापारउदीम वाढवून ईस्ट इंडिया कंपनीसाठी करार करून प्रांतिक अधिकार मिळवणे हा होता. स्थानिक अधिकार गाजवण्यासाठी स्वतःची फौज ठेवण्याचे परवाने मिळवणे व त्याचा उपयोग इतर युरोपीय व्यापाऱ्यांना दूर ठेवणे हा होता. पुढे त्याच फौजा तैनात भारतीय राजेरजवाडे यांच्या पदरी होत्या.

त्यात उत्तरेकडील भारतीय राजे, नबाब कमकुवत होऊन त्यांची राज्ये इंग्रजांच्या अधिपत्याखाली आली. त्यामुळे इतर युरोपीय व्यापाऱ्यांनी दक्षिणेकडे रोख वळवला. हे इतिहासातून आपण पाहिले आहे. पण संस्कृती तयार होताना राजकीय दबाव, तसेच नवीन उदयोन्मुख राजकीय ताकद तयार झाली. त्याची नोंद युरोपीय जाणकारांनी ठेवलेली दिसते.

डच हे व्यापाराच्या निमित्ताने समुद्र किनारी राहणारे, संख्येने कमी; मात्र बुद्धीने कुशल होते. सुरतमधून इंग्रजांच्यापूर्वी भारताशी सिल्कच्या व्यापार करणारे होते. फ्रेंचही असेच; इंग्रजांपूर्वी आलेले. मात्र इंग्रजांनी पश्चिम ऐवजी भारताचा पूर्व प्रांत निवडून कोलकात्यात व्यापारउदीम करण्याचा परवाना मोगल दरबाराकडून मिळवला. आणि भविष्यात स्वतःचे साम्राज्य वाढवले. मोगल साम्राज्याबाबत अशा अनेक घटनांच्या नोंदी 'ब्रिटिश लायब्ररीत' आहेत. त्याशिवाय 'युरोपीय वस्तुसंग्रहालया'त आणि 'राष्ट्रीय अर्काइव्ह'मध्ये अनेक सांस्कृतिक दुवे मिळतात.

ब्रिटिश लायब्ररीत वस्तूंचा संग्रह मोठ्या प्रमाणात आहे. त्याची विभागणी राजघराणे आणि सरकारी दप्तरे व संग्रहालये अशी केलेली आहे. त्यामुळे इंग्लंडच्या राणीच्या अख्यात्यारीतील वस्तुसंग्रहालय वेगळे आहे. तसे युरोपीय देशात नाही. हा फरक देशोदेशींच्या व भारतीय पर्यटक, अभ्यासक यांनी विचारात घ्यायला हवा.

उदाहरणार्थ, कोहिनूर हिरा हा दोन भागांत विभागलेला असा राणीच्या ताब्यात आहे, छत्रपती शिवाजी महाराजांची भवानी तलवार ब्रिटिश लायब्ररीत नव्हे, तर राणीच्या संग्रहालयात आहे.

युरोपिअन कलाकारांची चित्रे राणीच्या संग्रहालयात आहेत. उदाहरणार्थ, मायकल अँजेलोची रेखाटनेही त्या संग्रहात आहेत. ती राणीची संपत्ती असून ती खासगी आहे. तिथे राणीचे सरकार आहे. सरकारी संपत्ती वेगळी आणि खासगी संपत्तीचे हक्क वेगळे आहेत. अशा पद्धतीने ब्रिटिश संपत्ती सरकारी विभागात व संग्रहात आहे. महाराष्ट्र सरकार छत्रपती शिवाजी महाराजांची भवानी तलवार मराठी संग्रहात आणू शकणार नाही, त्याचे मूळ कारण हेच आहे.

दख्खनमध्ये असलेल्या त्या काळातील 'कुतुबशाही', 'निजामशाही', 'आदिलशाही', 'बारीदशाही' आणि 'इमादशाही' या पाचही शाह्यांमुळे अनेक व्यक्तींची चित्रे रेखाटली गेली आहेत. त्यामुळे विट्सन अल्बममध्ये ४९ चित्रे आहेत. ब्रिटिश लायब्ररीमधील अल्बममध्ये २६ चित्रांचा संग्रह आहे. हा संग्रह कॉलिन मॅकेन्झी याचा आहे. 'भारतीय राजे व राजपुत्र' म्हणून तो संग्रह नोंदवला आहे. त्यातील शिवाजी महाराजांचे चित्र हे १६८० ते १६८७ या काळात तयार झाले आहे, अशी नोंद करून ठेवलेली आहे.

विट्सन अल्बममधील शिवाजी महाराजांचे चित्र १६८६, अशी निर्मितीची नोंद आहे. त्यावर वरच्या भागात फारसी व उर्दूमध्ये मजकूर आहे व खालच्या भागात Sievagi असे लॅटिनमध्ये लिहिले आहे. पण ही सर्व माहिती १६९२मध्ये ॲमस्टरडॅमचा महापौर असलेल्या निकोलस विट्सन याला अल्बम सुपूर्द केल्यानंतर प्रसिद्ध झालेली आहे.

फ्रान्सिस्कस व्हॅलेन्टाईन या डच इतिहासकाराने त्याचे सर्व लिखाण १७२७मध्ये सहा खंडामध्ये प्रकाशित केले. त्यात शिवाजी महाराजांबद्दलची माहिती व चित्र चौथ्या खंडातील १४८व्या पानावर छापले आहे. काळानुक्रम नोंदी विचारात घेता अठराव्या शतकात शिवाजी महाराजांचे व्यक्तिचित्र युरोपीय देशांच्या वेगवेगळ्या संग्रहात पोहोचले होते.

त्यांच्या चित्राच्या नोंदी लक्षात घेऊन असा निष्कर्ष निघतो की, शिवाजी महाराजांच्या हयातीत रेखाटन व रंगकाम केलेल्या चित्राची निर्मिती झालेली नाही. झालीच असेल, तर ते रेखाटन कोणत्या तरी कलाकाराने केलेले असेल. कारण त्यामध्ये विजापूर दरबारी काढलेल्या लघुचित्राप्रमाणे, ज्यात शरीराचा भाग मोठा व चेहरा लहान असा फरक तयार झाला नसता. मुंबई वस्तुसंग्रहालयात हे चित्र पाहावयास मिळते.

महाराजांच्या मृत्यूनंतरच्या काळाचा उल्लेख त्या लघुव्यक्तिचित्रावर नोंद केला आहे. तद्नंतर गोवळकोंडा येथील चित्राचा उल्लेख येतो. त्याच दरम्यानचे उल्लेख डच, फ्रेंच यांचे येतात. रशियन, जर्मन संग्रहातील उल्लेखही युरोपीय काळाच्या नंतर येतात.

मोगल साम्राज्यातील राजपुत्रांची चित्रे इटालियन कलाकारांनी काढल्याचा उल्लेख व पुरावा पुढे येतो. मीर मोहमद या मोगल दरबारातील चित्रकाराने तयार केलेले शिवाजी महाराजांचे घोड्यावर बसलेले चित्र फ्रान्सच्या वस्तुसंग्रहालयात पाहावयास मिळते. तेही लघुचित्र मालिकेतील असले, तरी त्यात फौजेसहित चालत असलेल्या शिवाजी महाराजांचे लघुचित्र आहे. असे चित्र संकलन व अल्बम राजकीय घडामोडींच्या पार्श्वभूमीवर देशोदेशी झालेले आहे.

महाराष्ट्र राज्य सरकारच्या अख्यात्यारीतील 'छत्रपती शिवाजी महाराज वस्तुसंग्रहालया'त विजापूर दरबारी निर्माण केलेले लघुव्यक्तिचित्रे आजमितीस पाहण्यासाठी उपलब्ध आहेत. त्या चित्रांच्या आधारावरून मोठ्या आकारात तैलचित्र बनवून घेतले आहे. ते संग्रहालयाच्या मुख्य दरवाजाशेजारी प्रदर्शित केले आहे.

बडोदा येथील वस्तुसंग्रहालयात स्वतंत्ररीत्या तयार केलेले चित्र आहे. ते १८५०च्या दरम्यान तयार केले, असा उल्लेख येतो. बडोदा येथील चित्र अलीकडचे आहे. त्यात सालारजंग वस्तुसंग्रहातील रेखाटन संदर्भासाठी वापरले आहे, असा अंदाज आहे. चेहरा, डोक्यावरील जरीचा टोप वा शिरपेचात खोचण्याची पद्धत या चित्रात वापरलेली लक्षात येते.

चित्र काढताना डाव्या किंवा उजव्या बाजूने चितारण्याची पद्धत इथे डावीकडून चितारली आहे. हे या दोन चित्रांमध्ये दिसते. तसेच रेखाटण्यात फरक असलेले कॉलिन मॅकेन्झी अल्बममधील लघुचित्रही आहे. त्याचे विवेचन त्या चित्रलेखात केलेले आहे. किशनगढ येथील महाराज सावंतसिंग यांच्या दरबारातील चित्रकार निहाल चंद्र याने १७५०मध्ये विजापूर दरबाराच्या अख्यात्यारीत असलेल्या लघुचित्राच्या आधारे मोठ्या आकाराचे, हुबेहूब रंगवलेले चित्रही आजमितीस डिजिटल प्रतिमांमध्ये पाहावयास मिळते. त्याचा ऐतिहासिक पुरावा मिळणे शक्य आहे. परंतु त्या चित्राची आकार आणि शैली एकसारखी दिसत नाही.

मूळ चित्रे ही लघुचित्रे आहेत. तर अठराव्या शतकात व नंतर निर्माण झालेली व्यक्तिचित्रे ही नक्कल असावीत. त्यांच्या आकारात वैविध्य आहे. सर्व चित्रांच्या प्रतिमांची एकत्र मांडणी पाहिल्यावर त्यातील ढोबळ फरक प्रेक्षकांच्या नजरेस येतील. अद्याप असा प्रयोग करण्यात आलेला नाही. अभ्यासकांना, पत्रकारांना व प्रेक्षकांनाही असा प्रयोग पहावयास मिळाला नाही. या संशोधनामुळे परदेशात असलेली तीन, मात्र मूळ चार असलेली शिवाजी महाराज यांची लघुव्यक्तिचित्रे एकत्र पाहण्याचा योग मराठी रसिकांना, भविष्यातील अभ्यासकांना व इतर सामान्य जनतेला या संशोधन ग्रंथाद्वारे मिळेल.

꧁꧂

## ‘विट्सन अल्बम’ ४९ भारतीय सम्राटांच्या लघुचित्रांसह

ऑब्जेक्ट प्रकार : ड्रॉइंग

भारतीय लघुसंग्रह अल्बम

ऑब्जेक्ट क्रमांक : RP-T-00-3186

वर्णन : ‘विट्सन अल्बम’, भारतीय सम्राटांच्या ४९ भारतीय लघुचित्रांसह.

सोनेरी प्रिंटसह लाल लेदर कव्हरमध्ये (लूज-लीफ) सुटा कागद.

मागील बाजूस ‘चिनी आणि टार्टेरियन सम्राटांच्या जीवनानंतरची चित्रे...’ असे शीर्षक आहे.

नोट्स असलेले फोल्डर, नावांची यादी आहे. जे. व्हॅन बुरेन (J. Van Buren) यांनी १८०५ मध्ये लिहिलेले शीर्षक पृष्ठे आणि पुनरुत्पादन असलेले फोल्डर.

शीर्षक पृष्ठावर जुनी यादी क्रमांक-B.

चलन K.B. Lugt 240चा 71; सर्व पानांवर शिक्का मारलेला आहे.

संपूर्णपणे आधुनिक बॉक्समध्ये, लेबलसह लाल तागाच्या रेषेत

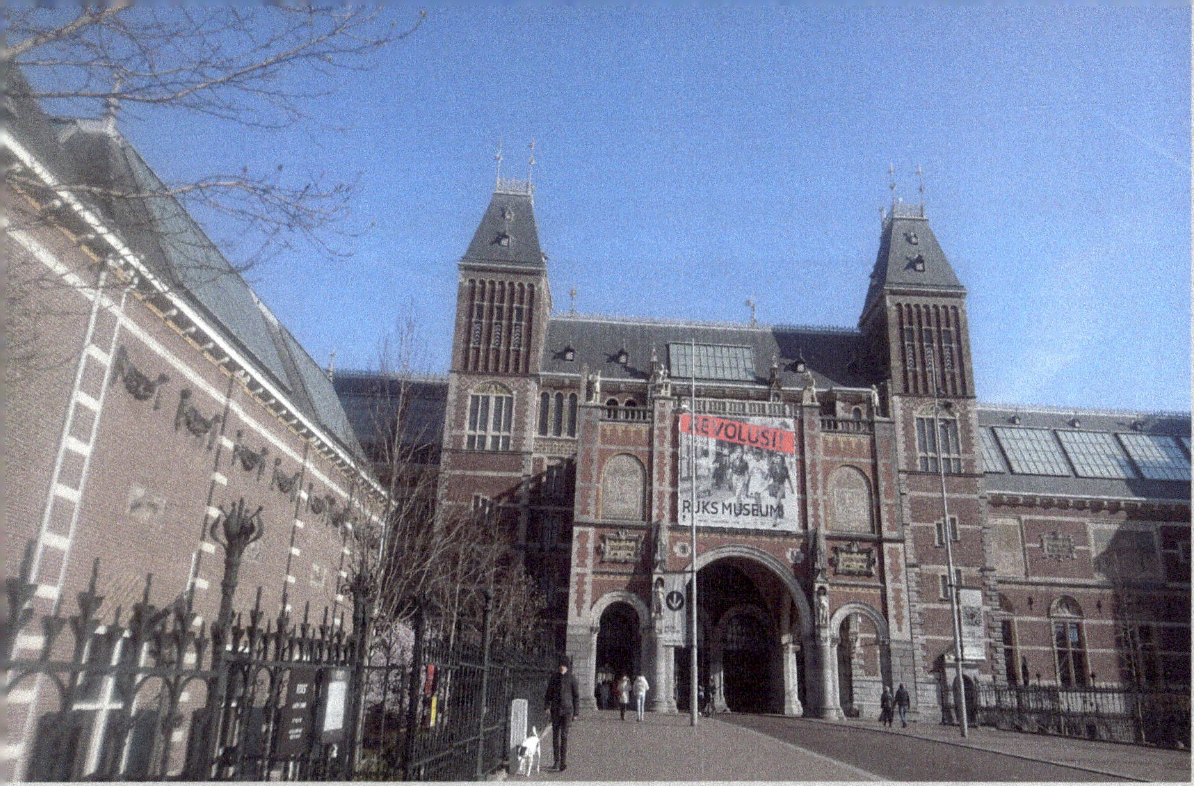


**निर्मिती, कलाकार :** निनावी

**काळ :** इसवी १६८६

**साहित्य आणि तंत्र :** रंग अपारदर्शक, भौतिक वैशिष्ट्ये ब्रश

**मटेरियल :** पेपर कव्हर, गौचे (वॉटर कलर)

**तंत्र :** ब्रश

**आकारमान बॉक्स :** (उंची × रुंदी × लांबी) उंची ६१ मिमी × रुंदी ३०८ मिमी × खोली ४३५ मिमी

**विषय :** शासक, सार्वभौम ऐतिहासिक व्यक्ती चित्रित केली आहे.

**व्यक्ती :** निकोलॉस कॉर्नेलिझ विट्सेन

**संपादन आणि अधिकार :** संग्रहाचे संपादन, १८१६

**कॉपीराइट :** सार्वजनिक डोमेन व नातेसंबंध

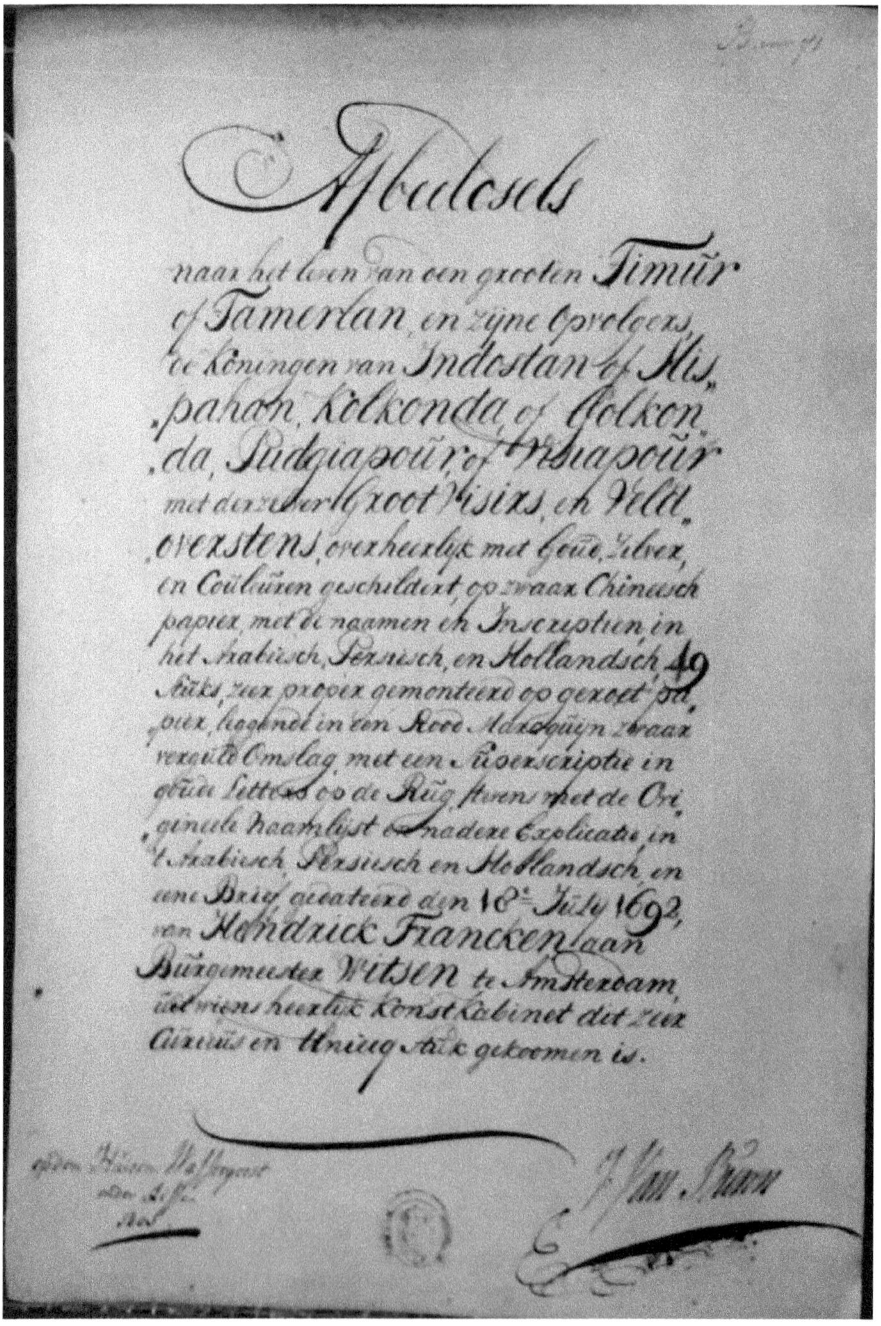

Afbeeldsels

naar het leven van een grooten Timur of Tamerlan, en zyne Opvolgers, te Koningen van Indostan of His-pahan, Kolkonda of Golkon-da, Budgiapour of Visiapour met derzelver Groot Visirs, en Veld-oversten, overheerlyk met Goud, Zilver, en Couleuren geschildert, op zwaar Chineesch papier, met de naamen en Inscriptien in het Arabisch, Persisch, en Hollandsch 49 Stuks, zeer proper gemonteerd op gerold pa-pier, ingebonden in een Rood Marroquyn zwaar vergulde Omslag met een Superscriptie in Goude Letters op de Rug, tevens met de Ori-ginele Naamlyst en nadere Explicatie in 't Arabisch, Persisch en Hollandsch, en eene Brief gedateerd den 18e July 1692, van Hendrick Francken aan Burgemeester Witsen te Amsterdam, uit wiens heerlyk Konstkabinet dit zeer Curieus en Uniek Stuk gekomen is.

१८ जुलै १६९२ रोजी हेन्ड्रिक फ्रँकेन या व्यक्तीने ॲमस्टरडॅमचा महापौर, निकोलस विट्सन याला व्यक्तिचित्रांचा अल्बम भेट दिला. सही-शिक्यासह असलेले त्याचे पत्र ▶

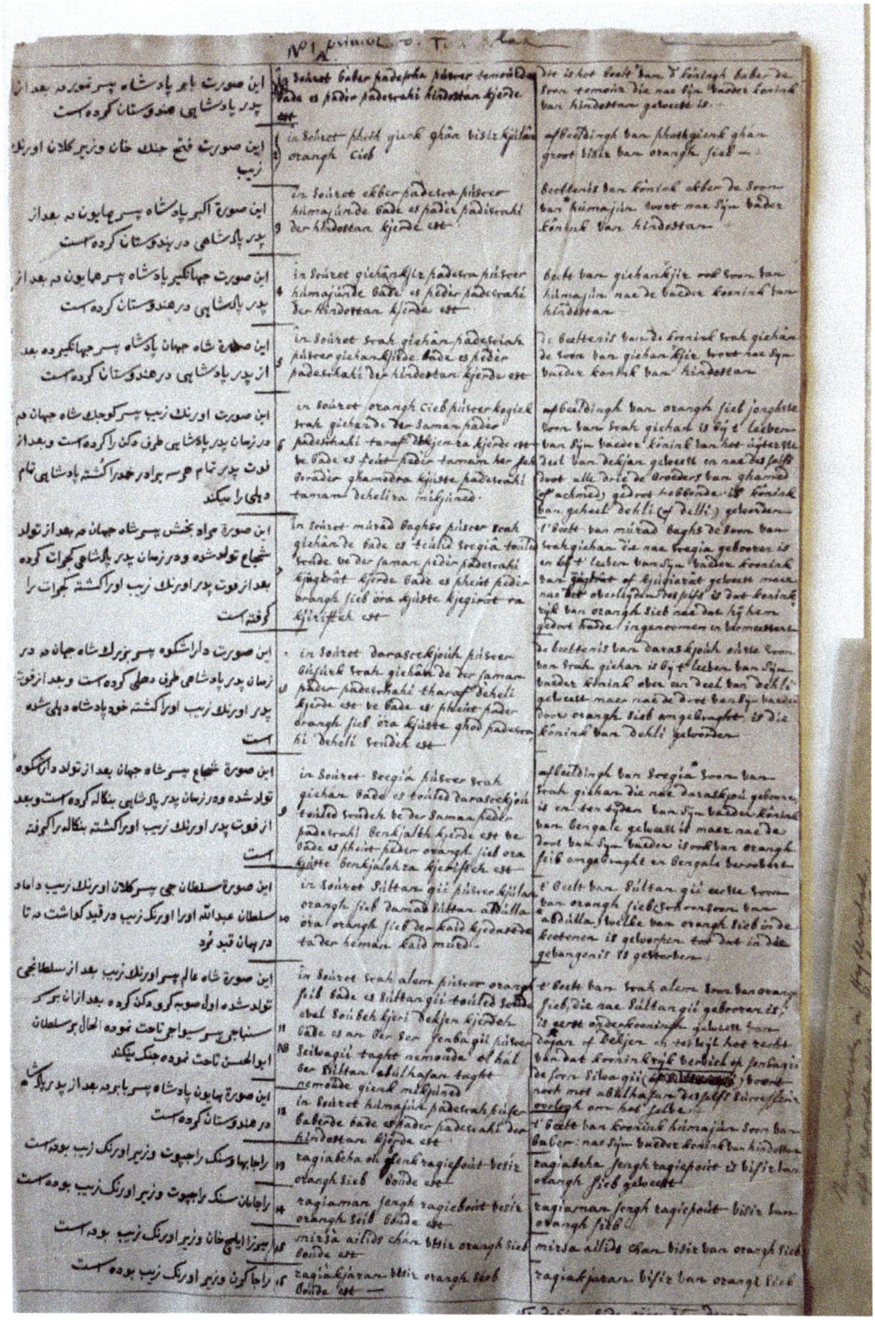

फारसी भाषेत लिहिलेल्या व्यक्तिचित्रांच्या माहितीचा मूळ कागद; डच भाषांतरासहित; हा फुल स्केप आकाराचा कागद चित्रांसोबत ठेवलेला आहे.
◄

# भारतातील राजे, राजपुत्र व राज्यकर्ते यांची व्यक्तिचित्रे

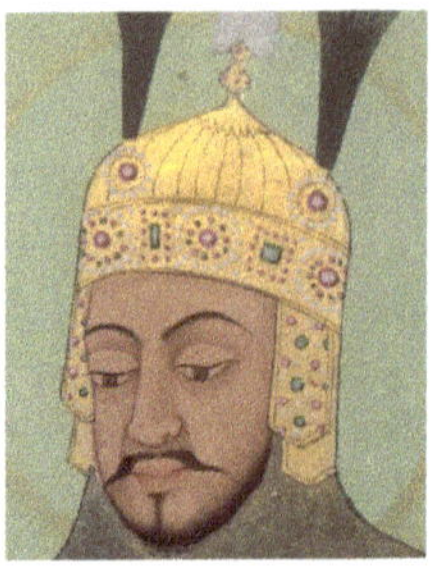

**तैमूर**चे पोर्ट्रेट, ज्याला टेमरलेनदेखील म्हणतात. (RP-T-00-3186-1B)

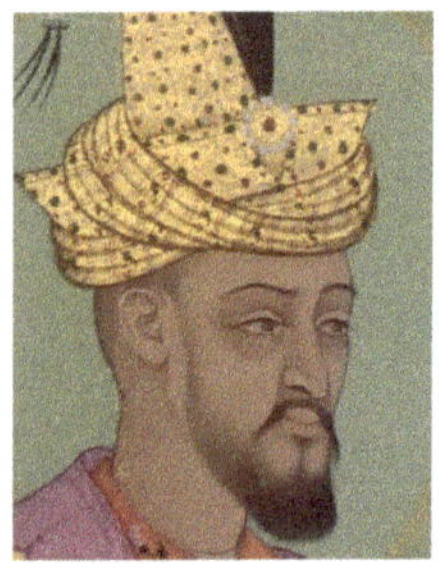

आपल्या वडिलांनंतर हिंदुस्थानात राज्य करणाऱ्या बाबरचा मुलगा **हुमायून बादशाह** याचे पोर्ट्रेट, (RP-T-00-3186-12)

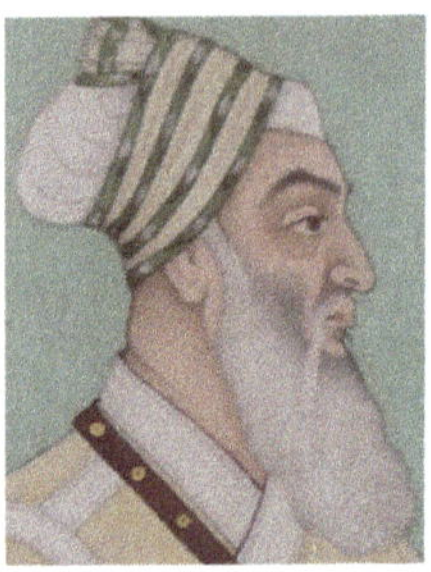

औरंगजेबाचा मुख्य वजीर **फतह जंग खान** याचे पोर्ट्रेट (RP-T-00-3186-2)

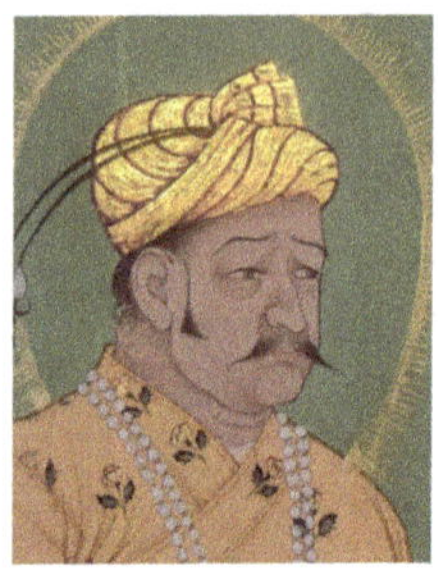

वडिलांनंतर हिंदुस्थानात राज्य करणाऱ्या हुमायूनचा मुलगा **अकबर बादशाह** याचे पोर्ट्रेट (RP-T-00-3186-3)

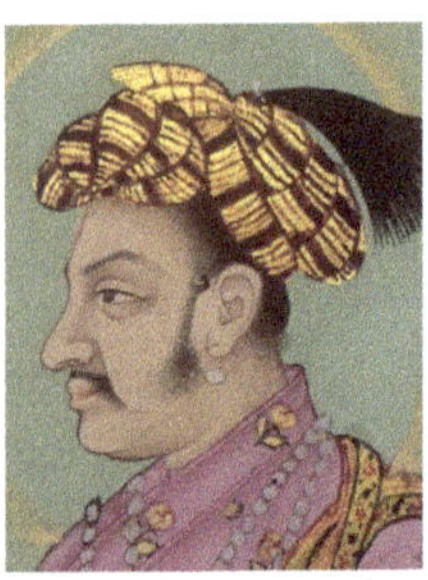

आपल्या वडिलांनंतर हिंदुस्थानात राज्य करणाऱ्या अकबरचा मुलगा **जहांगीर बादशाह** याचे पोर्ट्रेट (RP-T-00-3186-4)

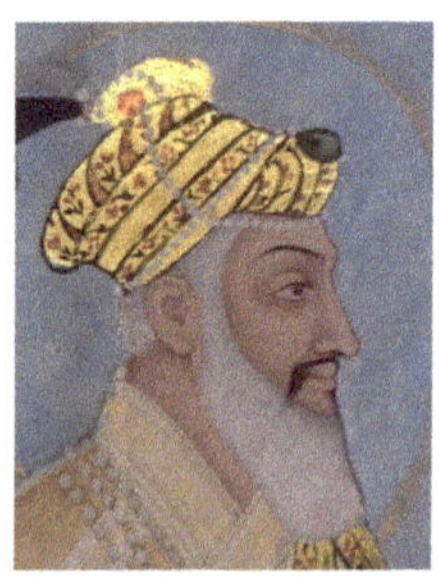

जहांगीरचा मुलगा **शाहजहान बादशाह** याचे पोर्ट्रेट, ज्याने आपल्या वडिलांनंतर हिंदुस्थानात राज्य केले. (RP-T-00-3186-5)

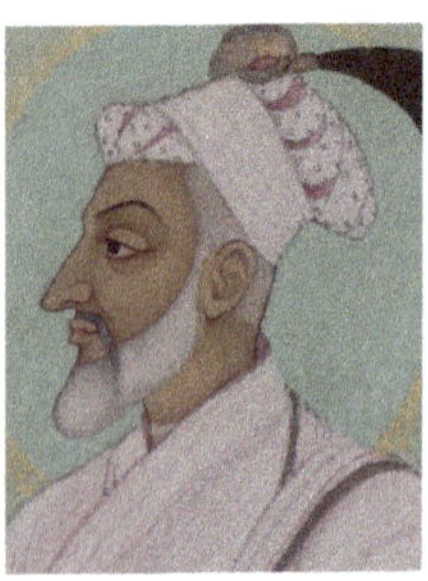

शाहजहानचा धाकटा मुलगा **औरंगजेब** याचे पोर्ट्रेट, ज्याने आपल्या वडिलांच्या काळात दख्खन प्रांतावर राज्य केले आणि आपल्या तीनही भावांना मारल्यानंतर, वडिलांच्या मृत्यूनंतर संपूर्ण दिल्लीवर राज्य केले. (RP-T-00-3186-6)

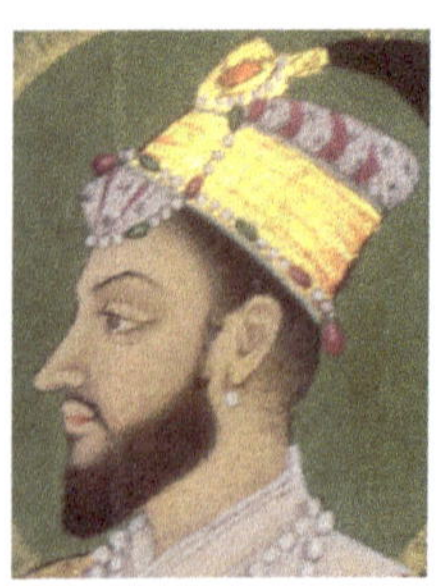

**मुरादबक्ष**, शाहजहानचा तिसरा मुलगा, त्याने वडिलांच्या काळात गुजरातवर राज्य केलं याचे पोर्ट्रेट; त्याच्या वडिलांच्या मृत्यूनंतर, औरंगजेबाने त्याला मारले आणि गुजरातचा ताबा घेतला.
(RP-T-00-3186-7)

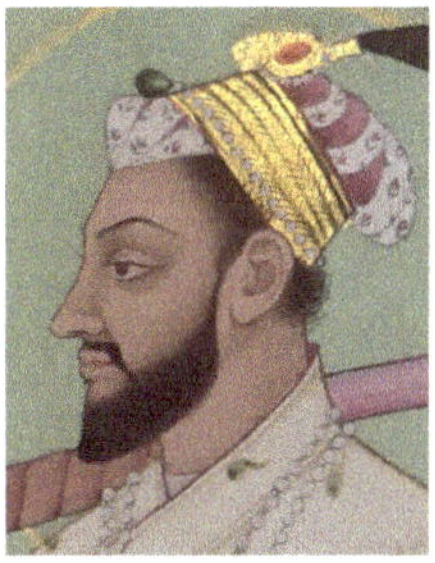

आपल्या वडिलांच्या काळात दिल्ली प्रांतावर राज्य केलेल्या शाहजहानचा थोरला मुलगा **दारा शिकोह** याचे पोर्ट्रेट; त्याच्या वडिलांच्या मृत्यूनंतर, औरंगजेबाने त्याला ठार मारले आणि स्वतः दिल्लीचा शासक बनला.
(RP-T-00-3186-8)

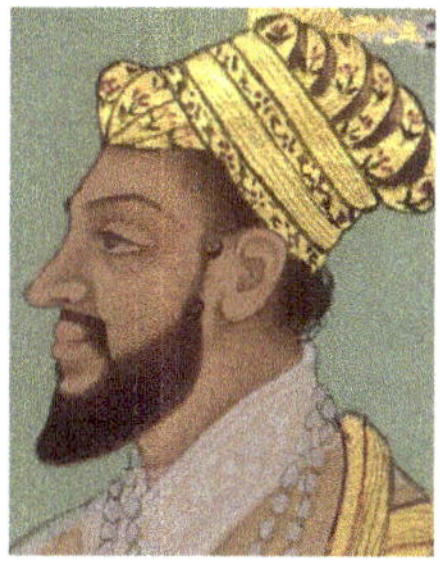

दारा शिकोहनंतर जन्मलेल्या आणि वडिलांच्या काळात बंगालवर राज्य करणारा शाहजहानचा दुसरा मुलगा **शहा शुजा** याचे पोर्ट्रेट; त्याच्या वडिलांच्या मृत्यूनंतर, औरंगजेबाने त्याला ठार मारले आणि बंगालचा ताबा घेतला.
(RP-T-00-3186-1B)

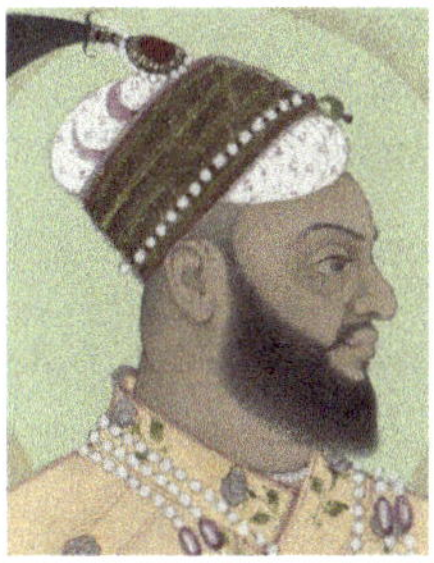

सुलतान अब्दुल्लाचा जावई, औरंगजेबाचा ज्येष्ठ पुत्र **सुलतानजी** याचे पोर्ट्रेट; औरंगजेबाने त्याला कैद केले आणि त्या कैदेत त्याचाही मृत्यू झाला.
(RP-T-00-3186-10)

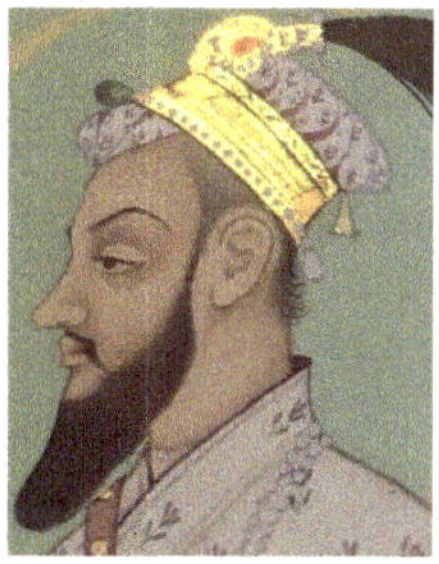

औरंगजेबाचा मुलगा **शाह आलम** याचे पोर्ट्रेट; तो दख्खनचा पहिला गव्हर्नर (सुबगर) होता; नंतर शिवाजीचा मुलगा संभाजी याच्या विरुद्ध युद्धात उतरून तो सुलतान अबूल-हसन विरुद्ध गेला आणि त्याच्याशी युद्ध पुकारले होते
(RP-T-00-3186-11)

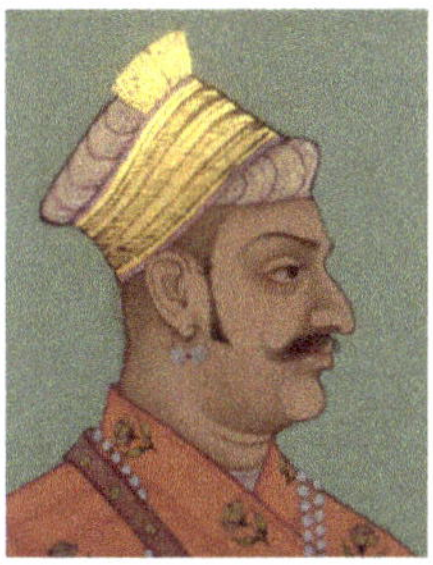

औरंगजेबाचा वजीर
**राजा भाओसिंग राजपूत**
याचे पोर्ट्रेट
(RP-T-00-3186-13)

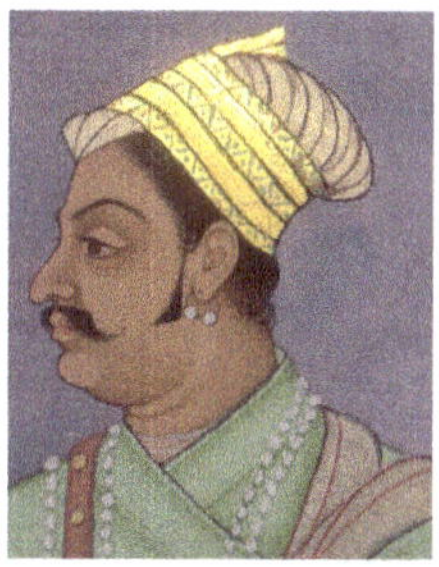

औरंगजेबाचा वजीर,
**राजा मानसिंग राजपूत**
यांचे पोर्ट्रेट
(RP-T-00-3186-14)

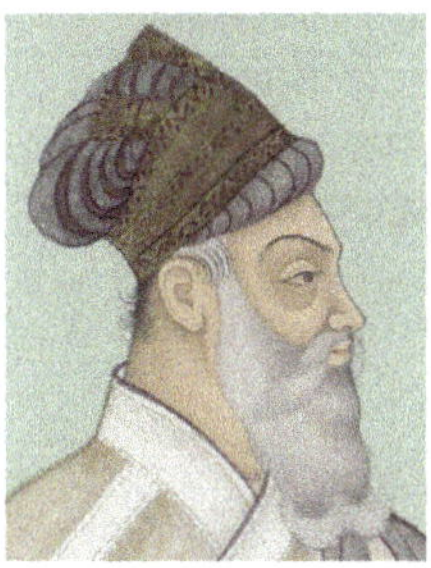

औरंगजेबाचा वजीर
**मिर्झा इलिच खान**
याचे पोर्ट्रेट
(RP-T-00-3186-15)

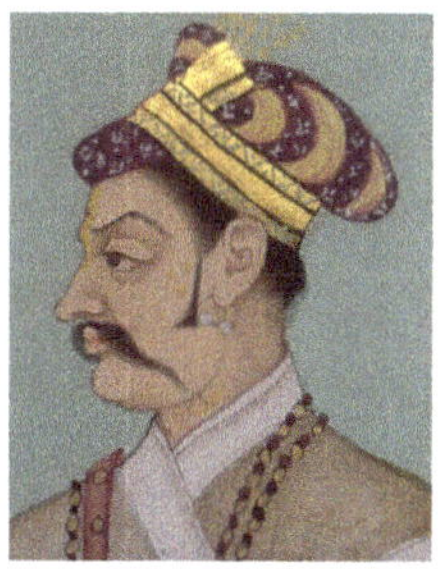

औरंगजेबाचा वजीर,
**राजा करण** याचे पोर्ट्रेट
(RP-T-00-3186-16)

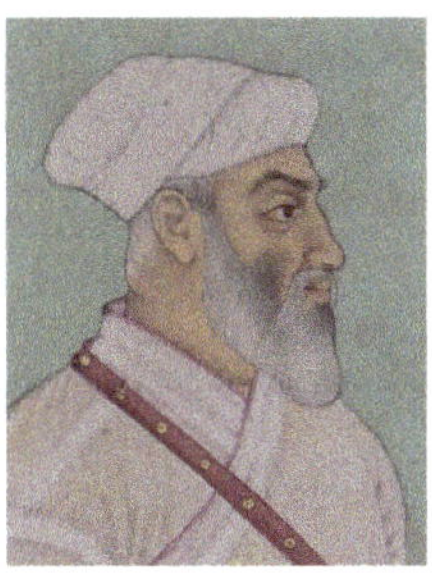

औरंगजेबाचा मुख्य वजीर, **दलील-खान** याचे पोर्ट्रेट, दख्खन प्रांताचे गव्हर्नर (सुबगर) होता; तो रोहिला पठाण होता.
(RP-T-00-3186-17)

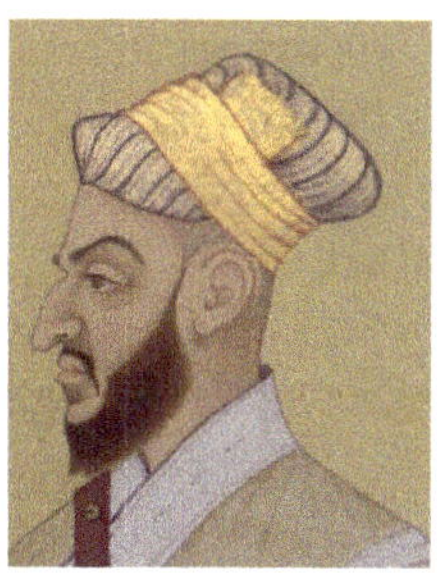

औरंगजेबाचा वजीर
**सफ-शिकान खान** याचे पोर्ट्रेट
(RP-T-00-3186-18)

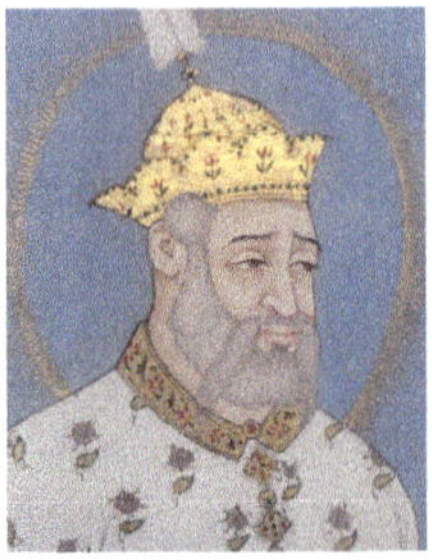

**बारा मलिक**चे पोर्ट्रेट; बिदर शहरावर राज्य करणाऱ्या सुलतानाचा तो पहिला वजीर होता; नंतर तो गोवळकोंड्याचा शासक बनला आणि त्याने गोवळकोंड्याची स्थापना केली.
(RP-T-00-3186-19A)

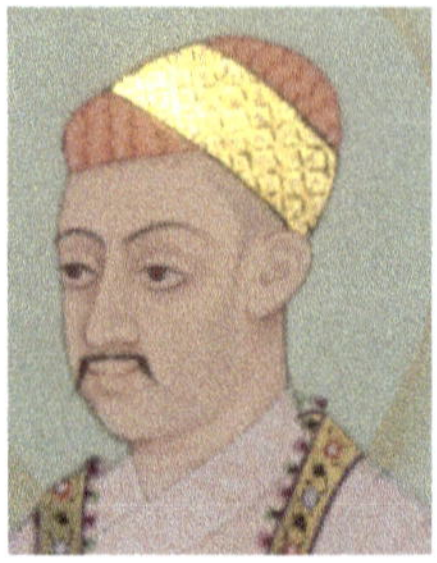

बारा मलिकचा मुलगा **सुलतान इब्राहिम** याचे पोर्ट्रेट, ज्याने आपल्या वडिलांनंतर गोवळकोंड्यावर राज्य केले.
(RP-T-00-3186-19B)

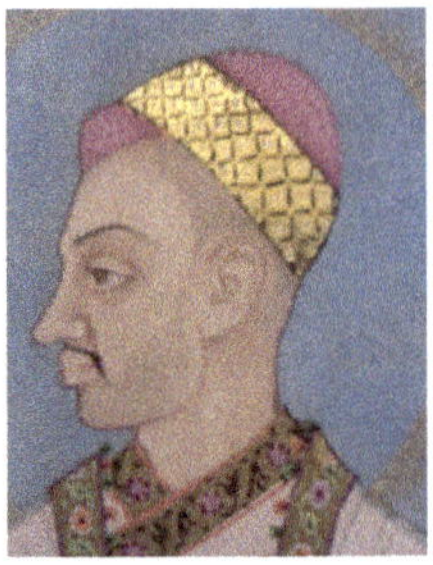

मुहम्मद-कुली बादशाहचा मुलगा **सुलतान मुहम्मद-कुली** याचे पोर्ट्रेट; त्याच्या वडिलांनंतर त्याने गोवळकोंड्यावर राज्य केले.
(RP-T-00-3186-21)

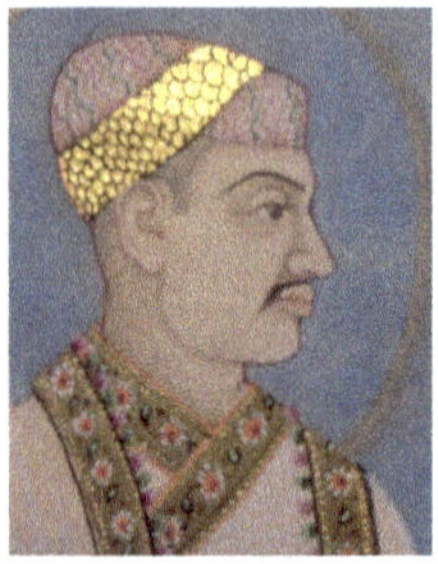

इब्राहिमचा मुलगा **मुहम्मद-कुली** याचे पोर्ट्रेट; वडिलांनंतर त्याने गोवळकोंड्यावर राज्य केले.
(RPT-00-3186-20)

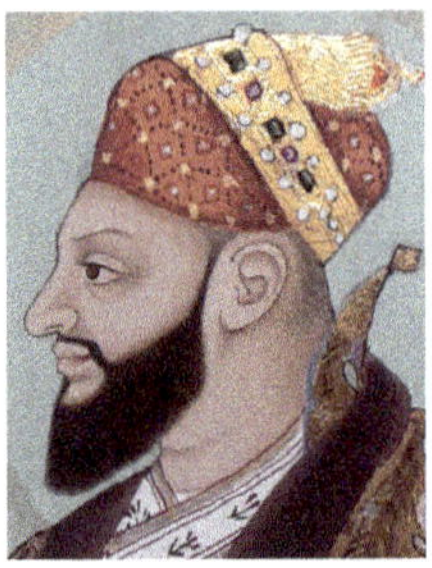

सुलतान अब्दुल्लाचा जावई **सुलतान अबुल हसन** याचे पोर्ट्रेट; अबुल हसनचे वडील इब्राहिम बादशहाचा जावई होता.
(RP-T-00-3186-23)

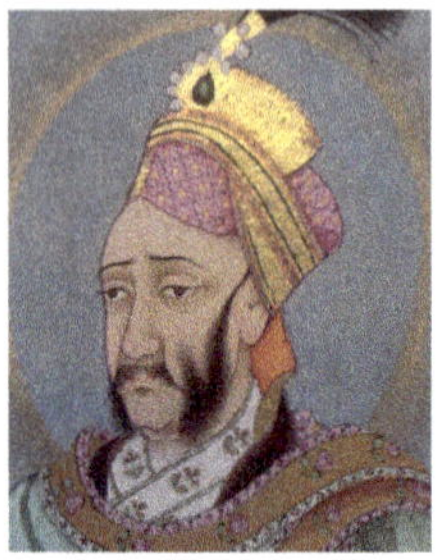

सुलतान मुहम्मद-कुलीचा मुलगा **सुलतान अब्दुल्ला** यांचे पोर्ट्रेट; त्याच्या वडिलांनंतर त्याने गोवळकोंड्यावर राज्य केले
(RP-T-00-3186-22)

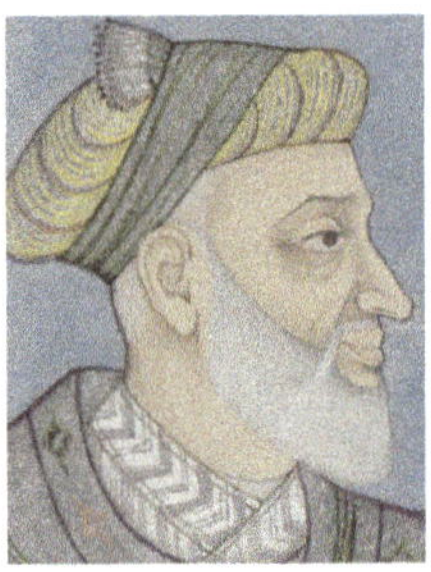

**मिर्झा अहमद** याचे पोर्ट्रेट, जो सुलतान अब्दुल्लाचा सर्वांत मोठा जावई होता; त्याने आयन अल-मुल्क वजीर म्हणून काम केले
(RP-T-00-3186-24)

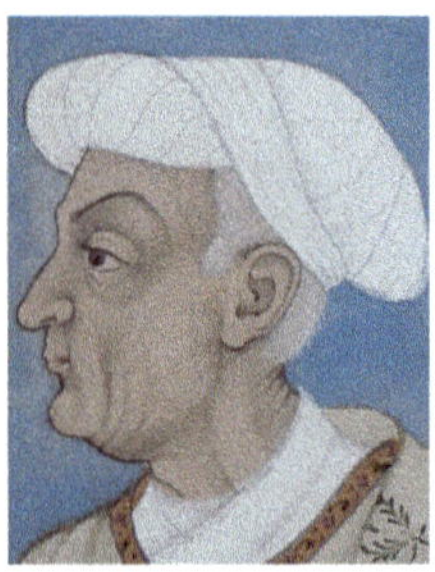

**नेकनाम खान** याचे पोर्ट्रेट; तो सुलतान अब्दुल्लाचा वजीर होता. आणि त्याने कर्नाटकचा मीर जुमलाचे सेनापती (सर-लष्कर) म्हणून काम केले.
(RP-T-00-3186-25)

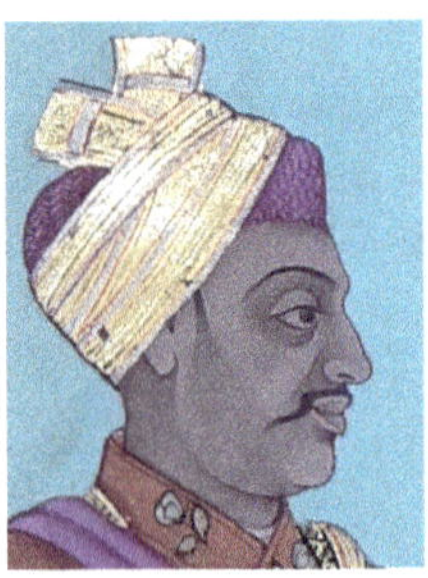

सुलतान अब्दुल्लाच्या पदरी असलेल्या **मुसा खान**चे पोर्ट्रेट; नेकनाम-खाननंतर त्याने कर्नाटकचा सेनापती म्हणून काम केले.
(RP-T-00-3186-26)

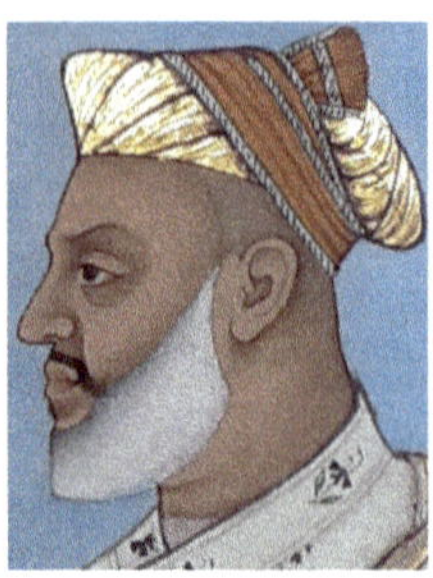

**शाह मिर्झा**चे पोर्ट्रेट; सुलतान अबुल हसनच्या वेळी त्याने सय्यद मुझफ्फरनंतर घोडदळ कमांडर (सर-खेल) म्हणून काम केले.
(RP-T-00-3186-27)

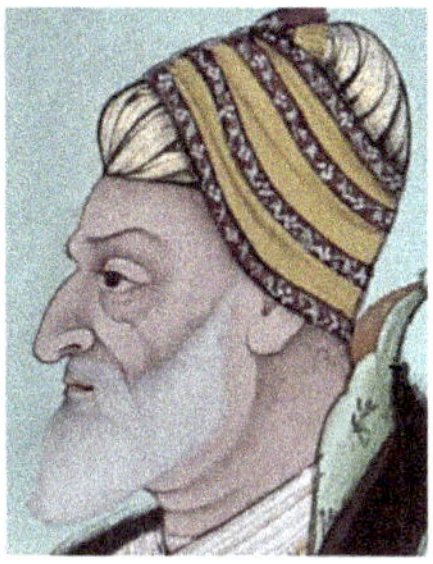

**सय्यद मुझफ्फर**
सुलतान अबुल हसनच्या वेळी त्याने सेनापती (पेशवा) म्हणून काम केले.
(RP-T-00-3186-28)

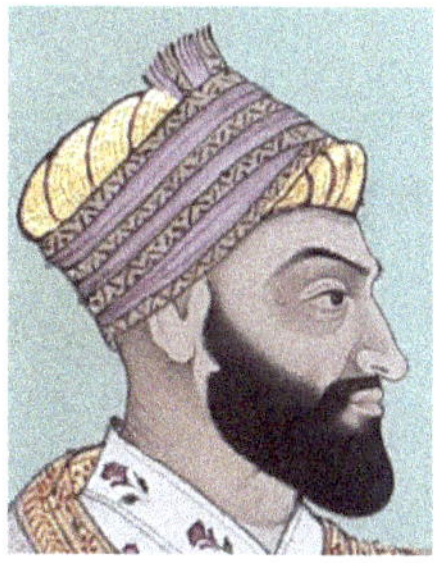

**मुहम्मद इब्राहिम**चे पोर्ट्रेट; प्रथम त्याने कर्नाटकचा सेनापती म्हणून काम केले; त्यानंतर तो घोडदळाचा सेनापती झाला आणि सेनापती म्हणून औरंगजेबाशी त्याने युद्ध केले.
(RP-T-00- 3186-29)

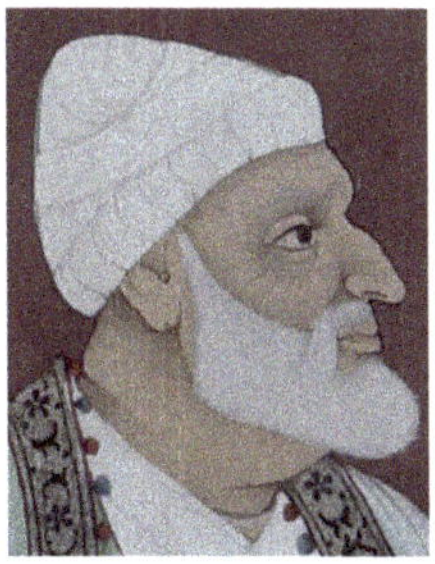

सुलतान अब्दुल्लाचे शिक्षक (उस्ताद) असलेले, **मुल्ला तैफुर**चे पोर्ट्रेट
(RP-T-00-3186-31)

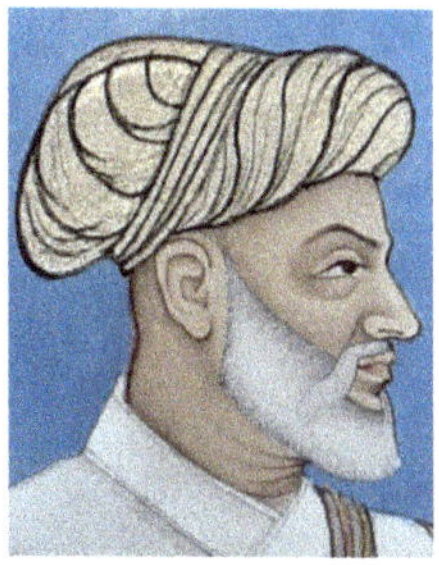

मुल्ला **अब्द अल-समद** याचे पोर्ट्रेट, जो सुलतान अब्दुल्लाचा सचिव (डबीर) होता.
(RP-T-00-3186-32)

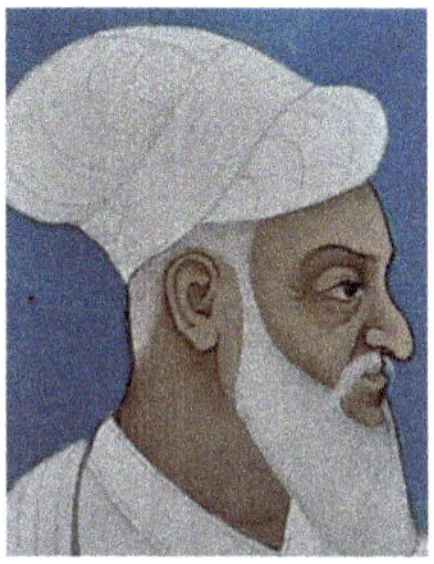

सुलतान अब्दुल्ला आणि सुलतान अबुल हसन यांच्या काळात गोवळकोंड्याचा किल्लेदार **मुहम्मद अमीन**चे पोर्ट्रेट
(RP-T-00-3186-33)

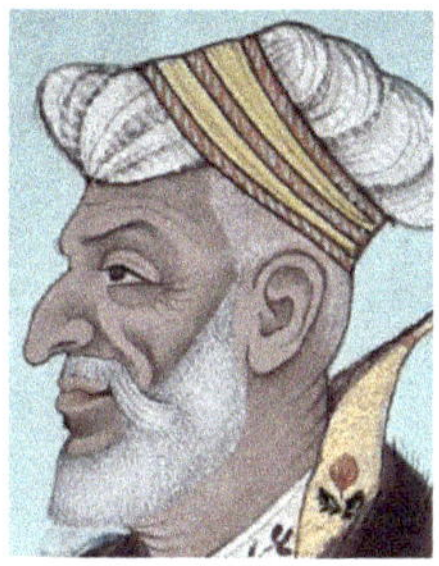

**अब्द अल-जब्बार**चे पोर्ट्रेट, जो सुलतान अब्दुल्लाचा वजीर होता.
(RP-T-00-3186-34)

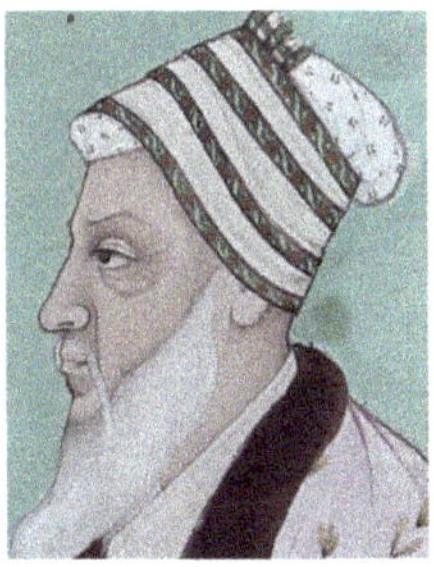

सुलतान अब्दुल्लाच्या काळात आणि अबुल हसनच्या काळात वजीर म्हणून काम केलेल्या **शारझा खान**चे पोर्ट्रेट
(RP-T-00-3186-35)

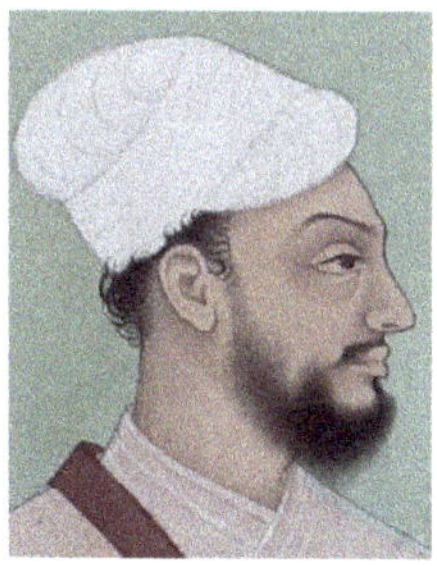

बहलुल-खानचा भाऊ **अब्द अल अजीज**, जो सुलतान अबुल हसनचा वजीर होता, त्याचे पोर्ट्रेट
(RP-T-00-3186-36)

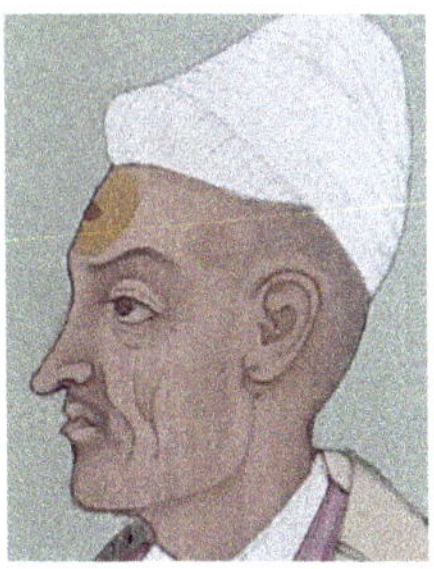

अबुल हसन पादशाहाचे याचे कर लिपिक (मुजुमदार) **मादण्णा पंडित** याचे पोर्ट्रेट
(RP-T-00-3186-37)

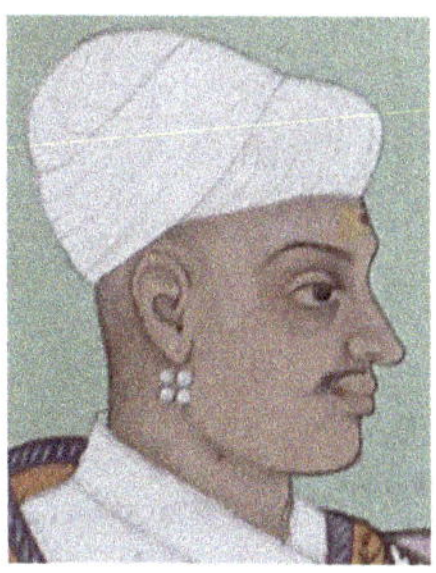

सुलतान अबुल हसनच्या कार्यक्षेत्रातील राजाचे मुख्य लेखक (शहनवीस-इ कुल) **अकण्णा पंडित** याचे पोर्ट्रेट
(RP-T-00-3186-38)

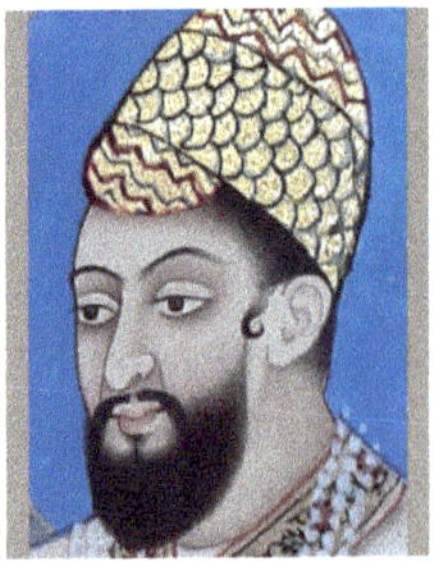

विजापूरचा पहिला शासक
**इब्राहिम आदिलशाह** याचे
पोर्ट्रेट
(RP-T-00-3186-39)

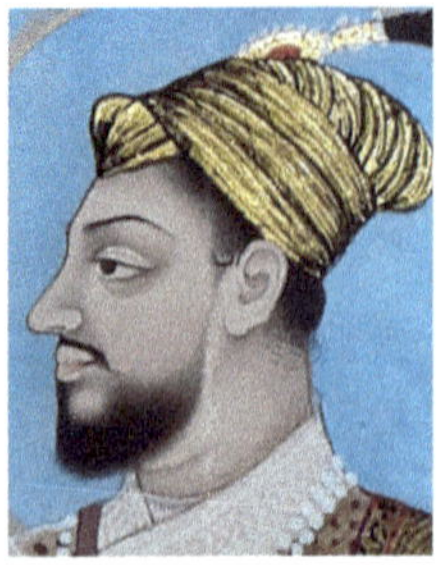

इब्राहिम आदिलशाहचा मुलगा
सुलतान महमूद याचे पोर्ट्रेट;
त्याच्या वडिलांच्या नंतर तो
विजापूरचा शासक बनला.
(RP-T-00-3186-40)

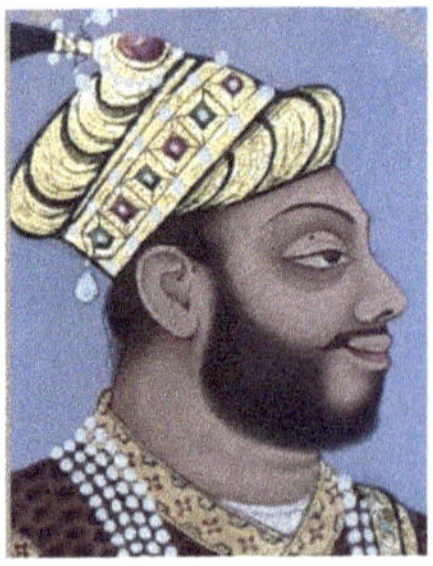

सुलतान महमूदचा मुलगा
**अली आदिलशाह**चे पोर्ट्रेट;
त्याच्या वडिलांनंतर तो
विजापूरचा शासक बनला.
(RP-T-00-3186-41)

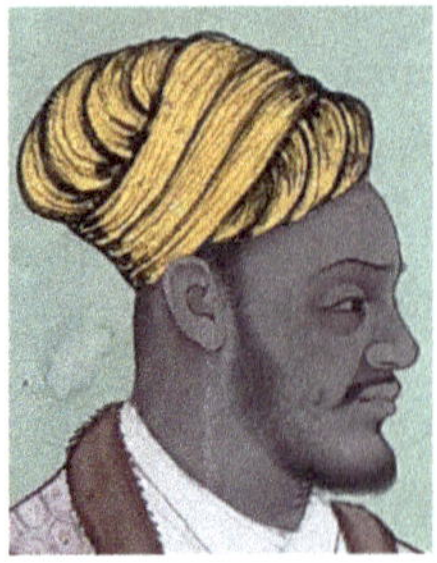

विजापूरचा शासक सुलतान
महमूदचा सर्वोच्च सेनापती
(पेशवा), ॲबिसिनियन वंशाचा
**खव्वास खान** याचे पोर्ट्रेट
(RP-T-00-3186-42)

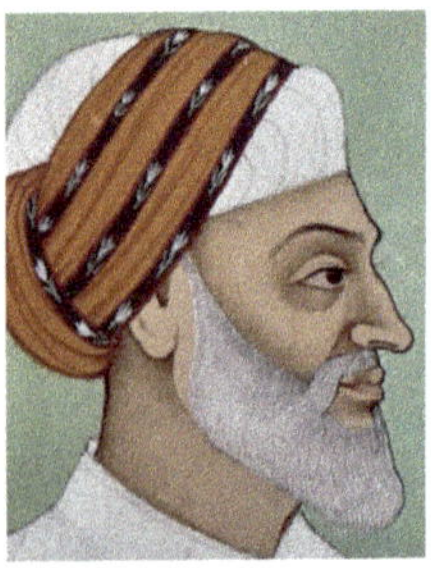

सुलतान महमूदचा सर्वोच्च
सेनानी, **मुस्तफा खान** याचे
पोर्ट्रेट
(RP-T-00-3186-43)

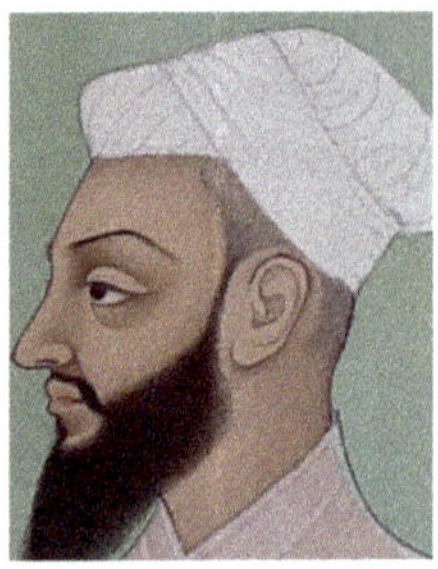

विजापूरचा शासक सुलतान
सिकंदर याचा सर्वोच्च
सेनापती **बहलोल खान**,
याचे पोर्ट्रेट
(RP-T-00-3186-44)

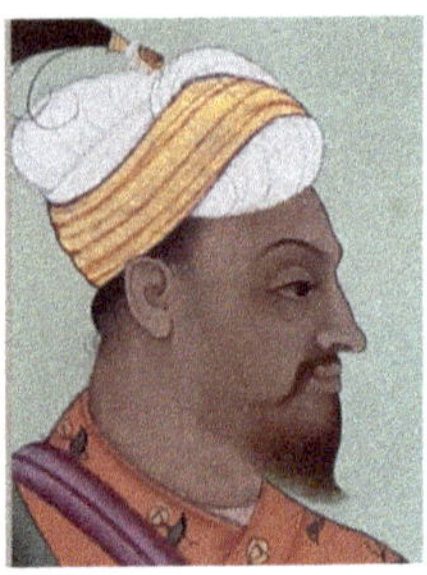

विजापूरचे वजीर
**सय्यद मखदुम शारझा
खान** याचे पोर्ट्रेट; तो
विजापूरमध्ये वजीर होता.
(RP-T-00-3186-45)

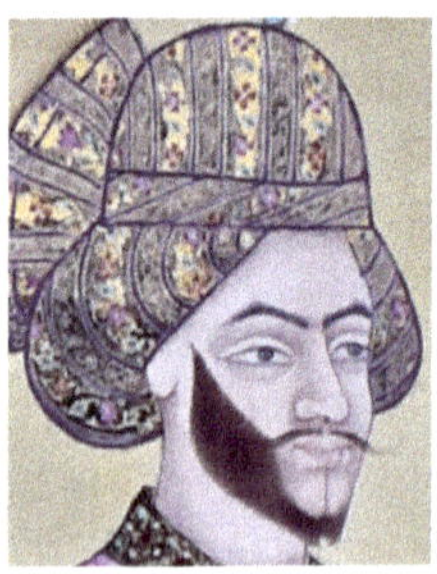

इस्फहानचा शासक
**शाह सुलेमान**
याचे पोर्ट्रेट
(RP-T-00-3186-47)

**मोगल बाबर बादशाह**
याचे चित्र संग्रहात प्रथम
सामील होते; पण ते आता
नाही.

अल्बममधून गायब
असलेले चित्र

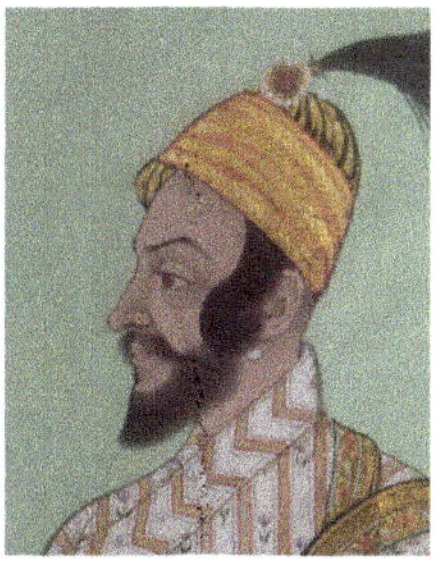

शिवाजींचे पोर्ट्रेट
(RP-T-00-3186-46)

शिवाजी महाराज यांचे व्यक्तिचित्र
'रॉयल वस्तुसंग्रहालय', ॲमस्टरडॅम, RKP अल्बम,
भारतीय लघुचित्र संग्रह

**डचमधील मजकूर :** सिवागी व्होर्स्ट सेनबागी (Sievagi Vorst Senbugii), डेर सुलतान अबुल हसन (Der Sultan Abul Hasan), कोनिंग व्हॅन कोलकंदे (Konig Van Golkonda), शिवा, दख्खनमधील रुफर, ज्याचा मुलगा संभाजी, सुलतान अबुल हसन, गोवळकोंडाचा राजा याने शिवाजीच्या राज्यावर स्वारी केली.

RP -T-00-3186-46

Gouache en goud op papier | अपारदर्शक जलरंग आणि चिनी पेपरवर सोन्याचा पेपर

वूनस्टेलिंग (Voonstelling) | प्रतिमा : १११ x ११७ मिमी

पृष्ठ : २०३, १४७ मिमी

Koninklijke Bibliotheek (Royal Library) वरून हस्तांतरित

गोवळकोंडा येथे काढलेले शिवाजीचे पोर्ट्रेट

या RPK अल्बममधील लघुचित्रे निकोलस विट्सन यांच्याकडून आलेली असल्याचे दर्शवले आहे. चरित्रात्मक माहितीचा यामध्ये समावेश झाला आहे.

**पोर्ट्रेटची मालिका :** गोवळकोंड्याच्या दक्षिण भारतीय साम्राज्यात (मूळ फारसी परिशिष्टासहित) असलेली विट्सनच्या संपूर्ण संग्रहाचा केवळ एक अंश बनलेली ही पोर्ट्रेटची मालिका आहे. इतिहासाची पुनर्रचना; कालमापन पद्धत, कला-ऐतिहासिक स्थिती या पोर्ट्रेटच्या मालिकेत आहे.

विट्सनच्या काळापासून कोणते मूळ भाग यात होते  होते आणि नंतर जोडले गेले, हे अज्ञात आहे.

या अल्बमचे नंतर काय झाले आणि त्याबद्दल गतकाळात कसा विचार केला, हे स्पष्ट होते.

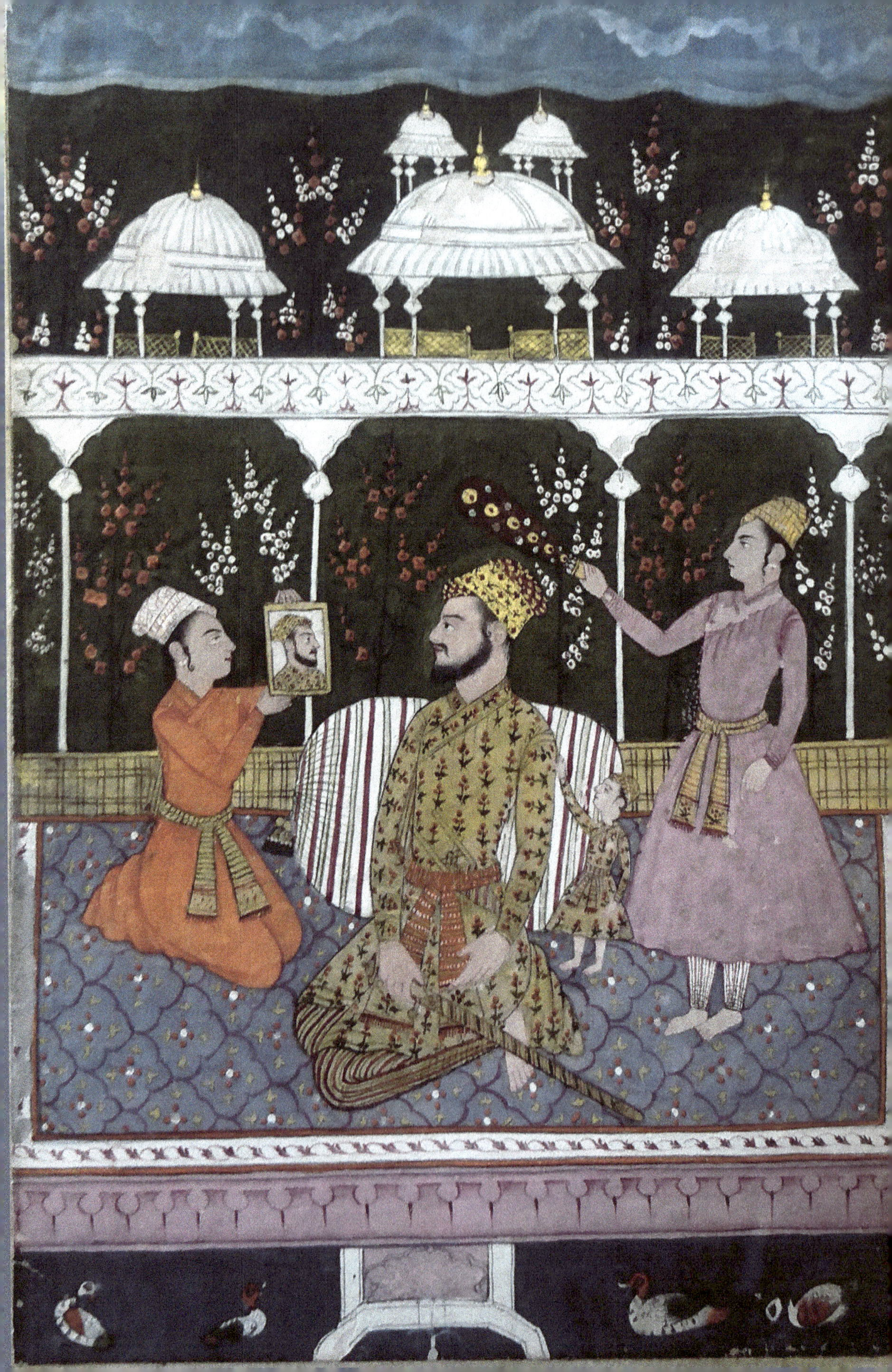

# सतरावे शतक

सतराव्या आणि अठराव्या शतकात नेदरलँड्समध्ये असलेल्या काही भारतीय लघुचित्रांचे प्रतिनिधी म्हणून या 'पोर्ट्रेट' लघुचित्रांच्या उत्पत्तीबद्दल आज काय ज्ञात आहे, याचा आम्ही शोध घेत आहोत. अल्बमचे वर्णन आणि ४९ पोर्ट्रेटचे (संग्रह) पर्शियन आणि पोर्तुगीज मथळेदेखील डच आणि इंग्लिश भाषांतरामध्ये आहे.

गोषवारा : नेदरलँड्समध्ये सतराव्या आणि अठराव्या शतकाच्या सुरुवातीच्या काळात भारतीय लघुव्यक्तिचित्रांच्या संदर्भात – विट्सन अल्बम आणि गोवळकोंड्यातील तत्सम पोर्ट्रेट मालिकेसह – चर्चा केली आहे.

सतराव्या शतकातील सामाजिक, सांस्कृतिक, भौगोलिक, तत्त्वविषयक व कलाविषयक घडामोडी वा घटना एक लेखक म्हणून माझ्या अभ्यासाचा विषय ठरावा, ही माझ्यासाठी आश्चर्याची वा अचंब्याची बाब होती. कारण ज्यांची सांगड मी लावत बसलो आहे, ते विचार मनात ठाण मांडून बसले नसते. अगदी १६०२पासून ते १७००पर्यंतच्या काळात ज्या घटना महाराष्ट्र व हॉलंडमध्ये घडल्या, त्यांचे पुस्तकात काय संबंध आहेत, याचा उलगडा करण्याचा प्रयत्न केला आहे.

संत तुकाराम महाराज व छत्रपती शिवाजी महाराज या दोन महान व्यक्तिविशेषांच्या कार्यकर्तृत्वाचा ठसा आणि त्यांचा इतिहास या अभ्यासादरम्यान उलगडत गेला. एक सांस्कृतिक, तर दुसरा राजकीय व सामाजिक. दोन्हींचाही प्रभाव जागतिक पातळीवरून पाहिल्यावर त्याचे परिणाम व विस्तार समजावून घेता येतात.

इतिहास हा विषय वाचण्यापुरता न राहता त्याचे संशोधनासाठीचे महत्त्व उलगडले पाहिजे.

'भाषा' हा विषय परदेशात गेल्यावर माणसाला शब्दांची निकड जाणून देते. भाषेच्या व्यवहारात देवाण-घेवाण कशी होते, याचे प्रात्यक्षिक दाखवते. या दोन्ही विषयांना शिक्षणात आणि ज्ञानार्जनात प्रथम स्थान आहे. त्याचे कारण हे आहे की, माणूस ज्ञानी असणे हे त्याच्या बौद्धिक क्षमतेवर अवलंबून असले तरी त्याची नैसर्गिक मानवी क्षमता त्याची मातृभाषा ऐकण्या-बोलण्यापर्यंतच उत्क्रांत झालेली असते.

◀ मोगलशैलीतील संभाजी महाराज यांचे चितारलेले लघुव्यक्तिचित्र

शिक्षणाने उर्वरित आयुष्यात त्याचा विकास होत राहतो. यात अंतर्मनाची ओढ ज्याला आपण 'भावना' संबोधतो. भावनांचे भान आणि ज्ञानाचे स्थान शिक्षणात राखले, तर विषयांच्या विस्ताराचा वृक्ष विशाल होतो. अगदी बोधी वा वटवृक्ष यांच्यासारखा!

दोन्ही विषयांच्या परस्पर संबंधांची चर्चा काळ मर्यादित घटनांशी करताना तिसरा अत्यंत महत्त्वाचा विषय कलांतर्गत आणि तत्त्वज्ञानांतर्गत येतो, तो म्हणजे 'दृकश्राव्य माध्यम!' जे मानव संस्कृती, अभ्यासाचा मूळ स्रोत मानला आहे. दृश्य व श्राव्य म्हणजे, पाहणे, न्याहाळणे आणि ऐकणे वा ऐकून घेणे. या दोन्ही क्रियांची परिमाणे संवेदनेद्वारे भाषा विषयाला आणि इतिहासालाही कारक ठरतात.

ऐकण्याने मातृभाषा वा परकी भाषा अवगत होते, तर पाहण्याने निसर्ग व मानवनिर्मित विश्व यांचे प्रभाव व उत्तेजन यांची जाणीव होत राहते. या क्रिया कला व तत्त्व यांच्या अंतर्गत येतात. हेच 'रेम्ब्रांत', 'तुकाराम', 'बेनेडिक्टस' 'स्पिनोझा', 'शिवाजी राजे' आणि त्यांचे परदेशी अभ्यासक फ्रान्सिस्कस व्हॅलेन्टाईन यांचा अभ्यास केल्यावर जाणवते.

मानवी मनाची उत्क्रांती झाल्यावर तो युद्ध, हिंसा या आपत्तींना सामोरे जाताना मानवी ज्ञान आणि तत्त्वज्ञानाची घडी बसवत, आपल्या आयुष्याची कालक्रमणा करत राहिला आहे. याचा प्रत्यय माणसाला त्याच्या आयुष्यात कधीतरी येतो. नैसर्गिक आपत्ती आणि मानवप्रेरित घटना या दोन्ही घडामोडींचा अर्थ आपण इतिहासाच्या व इतर मानववंशशास्त्राच्या संदर्भात जाणून घेतो. त्यामुळे भाषाज्ञान आणि मानववंशशास्त्र दोन्हींचा अभ्यास होत राहतो. छत्रपती शिवाजी महाराज यांच्या व्यक्तिचित्राचे संशोधन करताना, एक लेखक म्हणून विविध शाखांचा विचार करणे स्वाभाविक होते.

दृश्यकलेच्या अनुषंगाने मानवी देहाची रचना व इतिहासातील चेहऱ्याची ओळख पटवून देता येते. अशी ओळख पटवून देताना भाषा, इतिहास हे परस्परसंबंधी विषय दृश्यकलेच्या माध्यमातून समजून घ्यावे लागतात. 'शिवाजी महाराजांचे व्यक्तिचित्र संशोधन' हा असाच विषय. ज्यात भाषेवर अधिक लक्ष देऊन इतिहासातील घटनांचे परस्परसंबंध जोडलेले आहेत.

उदाहरणार्थ, गोवळकोंड्याच्या १६८५ लढाईत झालेल्या विध्वंसाचे परिणाम आणि त्यात सांस्कृतिक ठेवा, चित्रसंग्रहासारख्या संपत्तीची हस्तांतरे कशी झालेली असतील?, यावर प्रकाश टाकला आहे.

कोरोमंडल किनाऱ्यावरील डच व्यापाऱ्यांच्या वास्तव्यामुळे भारतीय इतिहासाला, पर्यायाने दक्षिण भारतातील मराठी साम्राज्य विस्ताराच्या इतिहासाला परदेशी लेखनात प्राधान्य मिळाल्याचे जाणवते.

कॉलिन मॅकेन्झीने मद्रास प्रांतातील अधिकारी असताना भारतीय इतिहासाचा डचमध्ये  अनुवाद करून ठेवला होता, हे सत्य भारतातील इतिहासकारांना उलगडले नाही. मॅकेन्झीचा पायाच डच अभ्यास हा होता. १७२७ला फ्रान्सिस्कस व्हॅलेन्टाईन याने सर्वप्रथम आशिया खंडातील राजकीय, भौगोलिक, सामाजिक इतिहास लिहून प्रकाशित केला आहे. हे मी कालक्रमाने व त्याच्या सहा खंडांच्या मूळ प्रती प्रत्यक्ष पाहून व अभ्यास करून मांडले आहे.

कॉलिन मॅकेन्झीचा मृत्यू कोलकात्यात झाला. तद्नंतर ईस्ट इंडिया कंपनीने त्याची पत्नी, पेट्रोनेलाकडून त्याच्या संग्रहात असलेली पुस्तके, चित्रसंग्रह खरेदी केला. नंतर तो ब्रिटिश लायब्ररीत कसा पोहोचला, त्याचा प्रवासही या पुस्तकात मी मांडला आहे.

भारतीय अभ्यासक इंग्लिश भाषेचे जाणकार असल्यामुळे हे घडत आहे. जगाचा अभ्यास करताना इतर भाषांमध्ये सतराव्या शतकापर्यंत युरोपात लॅटिनद्वारे शिक्षण होत होते; परंतु अमेरिकन विद्यापीठांनी इंग्लिश आणि स्पॅनिश भाषेला प्राधान्य दिल्यामुळे पुढील काळात स्पॅनिश व इंग्लिशमधून ज्ञानविस्तार होत गेला. जर्मन, फ्रेंच, रशियन भाषा स्वतंत्ररित्या ज्ञानशिक्षणाची विस्तारित क्षेत्र शोधत होते. पण जागतिक आधुनिक इतिहास सर्वप्रथम डच भाषेत लिहिला गेला, हे सत्य लपवता येणार नाही. याचे प्रत्यंतर शिवाजी महाराज यांच्या व्यक्तिचित्राचे संशोधन करताना आले.

सतराव्या शतकातील घटनांनी त्या काळातील वैचारिक वैविध्य समोर ठेवले आहे; परंतु आज ४० वर्षांनंतर परदेशी आणि भारतीय वास्तव्यात तसा फार फरक मला जाणवत नसल्याचे मी म्हणू शकतो. दोन्हीकडील विषय एकमेकांवर आधारित आहेत. तो इतिहास असो, भाषा असो व दृकश्राव्यकला असो वा संत साहित्यातील इतर घडामोडी असो. सर्व एकमेकांशी निगडित असल्याचे जाणवते.

सतराव्या शतकातील महाराष्ट्र व हॉलंड (नेदरलँड्स) या प्रांतीय प्रदेशाच्या काही महत्त्वाच्या प्रसंगाचे पडसाद वा प्रतिध्वनी एकमेकांच्या प्रदेशात कसे उमटले, त्याचा एक पट माझ्या संशोधनाचा भाग ठरला आहे.

शिवाजी महाराजांच्या व्यक्तिचित्र संशोधनाच्या अखेरच्या टप्प्यात मी असताना ॲमस्टरडॅममधील रॉयल वस्तुसंग्रहालयाला पुन्हा पुन्हा भेट द्यायला जाताना तेथील लायब्ररीत हॉलंडमधील भारतीय चित्रसंग्राहकांचा इतिहास वाचला. चित्रकार रेम्ब्रांतची भारत भेटीची इच्छा, तत्त्वज्ञ स्पिनोझासोबतच्या चर्चेतच मला सापडली होती. तुकोबा-शिवबा भेट जशी चिरस्मरणीय आहे, तशीच रेम्ब्रांत व स्पिनोझाची भेट आहे. रेम्ब्रांत स्पिनोझापेक्षा २४ वर्षांनी मोठा होता.

दरम्यान रेम्ब्रांतचे चरित्र पुन्हा वाचायला घेतले. त्यात त्याच्या बालपणीचे वर्णन तपशीलवार लिहिले होते. त्याचा जन्म १६०६मधला! बालपणी त्याने लॅटिन भाषेचा अभ्यास करावा, अशी त्याच्या वडिलांची इच्छा होती. त्यानुसार वयाच्या ७व्या वर्षी त्याच्या 'रिफॉर्मड चर्च' (calvinist charch)मधील शिक्षणाला सुरुवात झाली. १४व्या वर्षी विद्यापीठीय शिक्षण सुरू करून काही महिनेच झाले असतील, तोच त्याने आपला निर्णय बदलून चित्रकलेच्या शिक्षणाला वडिलांकडून परवानगी मिळवली. चित्रकार म्हणून आयुष्यात लौकिक मिळवला. ४ ऑक्टोबर १६६९ रोजी त्याचा मृत्यू झाला.

स्पिनोझा तसा अल्पायुषीच ठरला. वयाच्या अवघ्या ४४ वर्षी फुफ्फुसात काचेच्या सूक्ष्म कणांचा प्रादुर्भाव (सिलिकॉसिस) झाल्याने क्षयासारख्या आजाराला त्याला सामोरे जावे लागले. रोजची रोजीरोटी चालवण्यासाठी स्पिनोझा दुर्बिणीच्या काचा घासण्याचे काम करत असे. त्याच कामात काचांचे सूक्ष्म कण श्वासाद्वारे फुफ्फुसात गेल्याचे निदान झाले होते.

तुकोबांचा समकालीन रेम्ब्रांत होता. मात्र वैचारिक पार्श्वभूमीवर स्पिनोझा आणि तुकाराम एका व्यासपीठावर असल्यासारखे होते. याची मीमांसा, विश्लेषण व उदाहरणे माझ्या 'काळं तत्त्व' या पुस्तकात आलेली आहेत.

छत्रपती शिवाजी महाराज यांचे प्रथम इतिहासकार फ्रान्सिस्कस व्हॅलेन्टाईन यांचा जन्म १६६६ला व मृत्यू १७२७ला हॉलंडला झाला. तुकोबा व रेम्ब्रांत समकालीन होते, दोन वर्षांच्या फरकाने ते दोघे जन्माला आले. रेम्ब्रांत १६०६, तर तुकोबा १६०८मध्ये जन्मले. १६०८मध्ये अगदी तुकोबांच्या जन्मवर्षी मसुलीपट्टनम, कोरोमंडल किनाऱ्यावर येथे 'डच ईस्ट इंडिया कंपनी'ने भारतातील पहिली फॅक्टरी वसवली. हा हॉलंड आणि भारताचा देवाण-घेवाणीचा दुवा ठरला. हजारो किलोमीटरवर जन्मलेले जीवात्मे एकाच तळमळीने एकमेकांशी जोडले गेले. दोन्ही देशांत माझ्यासारख्या कला व काव्य अभ्यासणाऱ्याला सातत्याने ते दिसत राहिले. त्यांचे समकालीन असणे, हे जागतिक व सांस्कृतिक घडामोडीत नक्कीच आश्चर्यकारक आहे.

युरोपचा 'रेनेसन्स काळ' सोळाव्या शतकात सुरू झाला असला, तरी हॉलंडमध्ये सतराव्या शतकात जी सांस्कृतिक क्रांती झाली, तिने सामान्य माणसाकडे पाहण्याचा दृष्टिकोन बदलला. तो दृश्यकलेतून, चित्र-शिल्पांमधून पाहावयास मिळतो. धार्मिक, सरंजामशाही दृश्य कमी होऊन कष्टकरी व सामान्य जीवन जगणाऱ्या माणसांच्या दृश्यांची मांडणी उत्तर युरोपात मुख्यत्वेकरून हॉलंडमध्ये रेम्ब्रांतने सुरू केली.

चारशे वर्षांनंतरही त्यांची जागतिक ख्याती पाहिल्यावर लक्षात येते की, हे दोन्ही महान जीवात्मे आधुनिक जगात एकमेकांना पूरक ठरतात.

उदाहरणार्थ, तुकोबांनी शेतकरी, कष्टकरी लोकांना कर्जमुक्त केले आणि स्वतःची हस्तलिखिते ब्राह्मणी विचारांच्या दबावाने नदीत बुडवली.

रेम्ब्रांतच्या स्टुडिओचे कर्ज न फेडल्यामुळे देणेदारांकडून त्याचा लिलाव झाला, तसेच त्याची चुलीवर पॅन केक बनवणारी म्हातारी व तिचे आठ सदस्यांचे कुटुंब यांच्यासारखी अनेक रेखा व मुद्राचित्रे आजही प्रमाण ठरतात. दोघेही मानवतावादी विचारांची, सामान्य समाजव्यवस्थेतून भरारी घेणारी व्यक्तिमत्त्वे होती.

तुकोबा माझ्या शब्दप्रेरणेचा स्रोत तर आहेतच; परंतु 'तुझे रूप माझे देणे' या चित्र-शिल्प-मुद्रा प्रकल्पाच्या माध्यमातून ते माझ्या चित्रप्रेरणा व आशयाचेही संदर्भी आहेत. देहू-आळंदी पालखीसोहळा चित्रणही तुकोबा व रेम्ब्रांत यांची छाप दाखवून देते. उदाहरणार्थ, वैश्विक गॅलरीतील वारीमधील मोठ्या आकारांची तैलचित्रे.

तुकोबा माझ्या मातृभाषा मराठीचा आत्मा, तर रेम्ब्रांत जागतिक चित्रकलेचा प्राण. अशा दोन व्यक्तींचा प्रभाव आणि आदर्श समोर असताना छत्रपती शिवाजी महाराज व्यक्तिचित्राची पुस्तकी ओळख ही माझ्या हॉलंड वास्तवात मनात खोलवर रूतून बसली होती. एक भावनिक धागा; भौगोलिकही आहे, याची ती जाणीव होती.

माझे जन्मस्थळ जुन्नर तालुक्यातील उंब्रज. जिथे कधीकाळी शिवनेरी किल्ल्याची किल्लेदारी संभाळताना उंब्रज गाव इमान म्हणून मिळालेले. गावचे पाटील असलेले माझे पूर्वज. अशी भौगोलिक बांधिलकी भावनेने जवळ केली आणि संशोधनाचा धागा बळकट होत गेला. संशोधनात बराच काळ व्यतीत झाला. याची सुरुवात १९९०च्या दशकात झाली होती.

पुण्यात दिलीप चित्रे, प्राचार्य रामदास डांगे, डॉ. सदानंद मोरे यांच्याशी सातत्याने संवाद घडत होते. त्यामुळे इतिहास, भाषा व संतसाहित्य असे विषय चित्र, शिल्प व मुद्रा यांच्या अनुषंगाने वाचन, लिखाण, मुलाखती, व्याख्याने देणे यांमधून हाताळले गेले. तसेच साहित्य, काव्य प्रकाशित करणे, शिल्पांची, चित्रांची प्रदर्शने भरवणे, असे कार्यक्रम सातत्याने करत आहे.

# शंभूजी किंवा संभाजी राजे लघुव्यक्तिचित्र

छत्रपती शिवाजी महाराजांचे व्यक्तिचित्र शोधत असताना छत्रपती संभाजी राजे यांचे एक सुशोभित लघुचित्र ॲमस्टरडॅममधील चित्रसंग्रहात समोर आले. ते लघुचित्र निकोलस विट्सन यांच्या संग्रहातील नाही, तर एड्रियन कॅन्टर फिशर (जन्म : १७०७ - मृत्यू : १७८२) या डच संग्रहकाच्या संग्रहातील आहे. हा डच ईस्ट इंडिया कंपनीचा भारतातील प्रतिनिधी होता. भारतात त्याचे व कॉलिन मॅकेन्झीचे संबंध आलेले असणार, याचा शोध घेणे महत्त्वाचे आहे.

युरोपीय व इंग्लिश राजकीय घडामोडीत त्या काळी दोन्ही देशांनी अशा अधिकाऱ्यांचा उपयोग व्यापारवृद्धीसाठी करून घेतला आहे, याची नोंद इतिहासात सापडते. त्याशिवाय या काळात सुरू झालेला गुलामांचा व्यापार, हा 'डच ईस्ट इंडिया कंपनी' या पहिल्या बहुराष्ट्रीय कंपनीच्या दिवाळखोरीत सुरू झाला. 'डच ईस्ट इंडिया कंपनी'ला १८००च्या दरम्यान दिवाळखोर ठरवल्याने तिने आपला गाशा गुंडाळला. १८१३मध्ये हॉलंड येथे 'ऑरेंज' घराण्याची राज्यसत्ता स्थापन झाली. तिच्या अधिपत्याखाली नंतरच्या घडामोडी होऊन राजकीय तसाच वसाहतवादी इतिहास पुढे आला. इंग्लंडमध्ये राजघराण्याची सत्ता आहे, तशी 'ऑरेंज' घराण्याची सत्ता आजपावेतो हॉलंडमध्ये सुरू आहे.

फिशरने त्याच्या सेवेअंतर्गत २८ भारतीय लघुचित्रांसाहित हस्तलिखिते व कोरोमंडल किनाऱ्यावरील ठिकाणांचे दोन भौगोलिक नकाशे संग्रहित केले होते. त्याच्या संग्रहातील चित्रांमधील एक चित्र संभाजी राजे यांचे आहे, असा मजकूर संग्रहाची माहिती देताना लिहिलेला आहे. फिशरच्या संग्रहाची मालकी २००८मध्ये 'रॉयल म्युझियम ॲमस्टरडॅम'कडे आली, असा उल्लेखही आढळतो.

संभाजी राजे यांच्या लघुचित्राची शैली गोवळकोंडा पद्धतीची नाही. ती विजापूर दख्खनी पद्धतीची आहे. सोनेरी कागदाचा वापर न करता सोनेरी रंगाचा वापर चित्रभोवतीची सजावट करताना केलेला आहे. शिवाय चित्रात जो हिरवा रंग लेपला आहे, त्याचा गर्दपणा गोवळकोंडा शैलीच्या रंगांपेक्षा वेगळा आणि अधिक गडद आहे. मांडणीची पद्धतही वेगळी आहे. वरच्या भागात पारसी अक्षरे हाताने लिहिलेली आहेत. त्याभोवतीही सोनेरी रंगाच्या चौकटीची सजावट आहे.

त्याबाबत अधिक विस्ताराने लिहिता येत नाही. मात्र या लघुचित्राचे वैशिष्ट्य म्हणजे

गवतावर 'जाजम' टाकून बसलेले संभाजी राजे आहेत. त्यांच्या एका बाजूला हातात आरसा घेऊन बसलेली व्यक्ती व पाठीमागे चौरे ढाळणारी दुसरी व्यक्ती! या रचनेत केलेल्या भौमितिक मांडणीवर युरोपीय प्रभाव दिसून येतो, जो इस्लामिक लघुचित्रांचा पाया राहिलेला आहे. त्याचाच प्रत्यय या चित्रातील सोनेरी सजावट असलेली पद्धत पाहून येते. हाच वेगळेपणा या लघुचित्रात पाहावयास मिळतो.

संभाजी महाराज यांच्या लघुचित्राचा काळ १६७५नंतरचा आहे. हे लघुचित्र ज्या डच संग्राहक फिशरच्या संग्रहात होते, त्या माहितीनुसार नमूद केली आहे. या लघुचित्राबाबत एक शंका उपस्थित केली जाते. ती याप्रमाणे आहे –

शिवाजी महाराज यांचे थोरले बंधू 'शंभुजी' हे शहाजी राजे यांच्यासोबत सैन्यदलाच्या देखरेखीसाठी तत्पर असत. दरम्यान जिजाबाई व शिवबा हे 'पुणे' जहागीर सांभाळण्यासाठी पुण्यात स्थायिक झाले होते. १६५४मध्ये शंभुजीराजे कनकगिरी किल्याच्या वेढ्यात अफझखानाचे शहाजीराजांशी असलेल्या मतभेदांमुळे वा त्याने दिलेल्या कपटी आदेशामुळे मारले गेले, असे इतिहासात नोंदले गेले आहे. त्यामुळे हे जे लघुचित्र चितारले गेले आहे; ते नेमके कुणाचे असावे, अशी शंका उपस्थित होते.

छत्रपती संभाजी महाराजांचा जन्म १४ मे १६५७ रोजी झाला. त्या अगोदर तीन वर्षे शंभुजीराजे यांचा मृत्यू झाला होता. शंभुजीराजे यांचे वय मृत्युसमयी २७ किंवा २९ वर्षांचे असणार. लघुचित्राच्या माहितीमुळे संभ्रम निर्माण होतो, परंतु 'शंभुजी' नावावरून ते चित्र शिवाजी महाराज यांच्या थोरल्या बंधूंचे असू शकते, असा कयास करावा लागतो. लघुचित्र संग्रहामधील जीवनकाळ अठराव्या शतकातील आहे. बराच काळानंतर ते संग्रही आले असणार. मात्र या माहितीवरून हे थोरल्या शंभुजी राजे यांचे चित्र असावे. चित्राचे वर्णन व माहिती पारशी भाषेत आहे. त्यात नामनिर्देश हा 'शंभुजी' असा आहे. 'संभाजी' असा नाही.

संभाजी महाराज राजपुतानामध्ये असताना लघुचित्र बनवले गेले, असा एक कयास केला जातो. तो ग्राह्य धरला तर त्यावेळी त्यांचे वय १२ ते १३ वर्षांचे असावे, या वयात भरगच्च दाढी येत नाही. त्यासाठी वय सतरा ते अठरा वर्षांचे असावे लागते. चित्रात भरगच्च दाढी आहे.

चित्रातील वर्णनानुसार चित्राबाबतची संदिग्धता वाढते. सणावळीप्रमाणे काळ निश्चित होत नाही. फक्त नामनिर्देश पूर्ण आहे. हे वाचक, अभ्यासकांनी लक्षात ठेवणे महत्त्वाचे आहे.

▶

संपूर्ण
आकारातील
मोगलशैलीतील
संभाजी महाराज
यांचे व्यक्तिचित्र

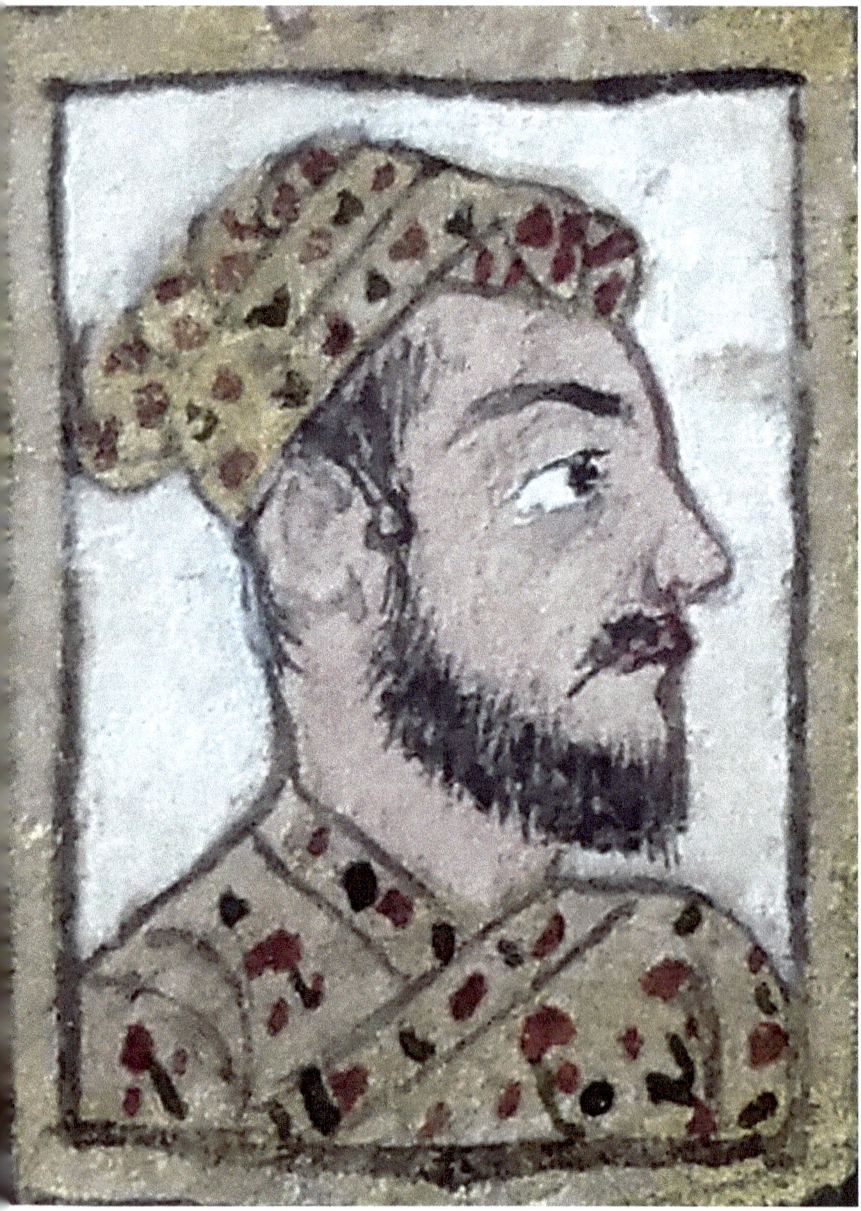

छत्रपती संभाजी महाराज यांचे एकमेव व्यक्तिचित्र मोगल लघुचित्र पद्धतीत रंगवलेले आहे ते ॲमस्टरडॅम येथील रॉयल वस्तुसंग्रहालयात ईस्ट इंडिया कंपनीतील अधिकारी कॅन्टर फिशर याच्या संग्रहात असलेले चित्र, जो कॉलिन मॅकेन्झी या स्कॉटिश-इंग्लिश अधिकाऱ्याच्या समकालीन भारतात कार्यरत होता.

◀

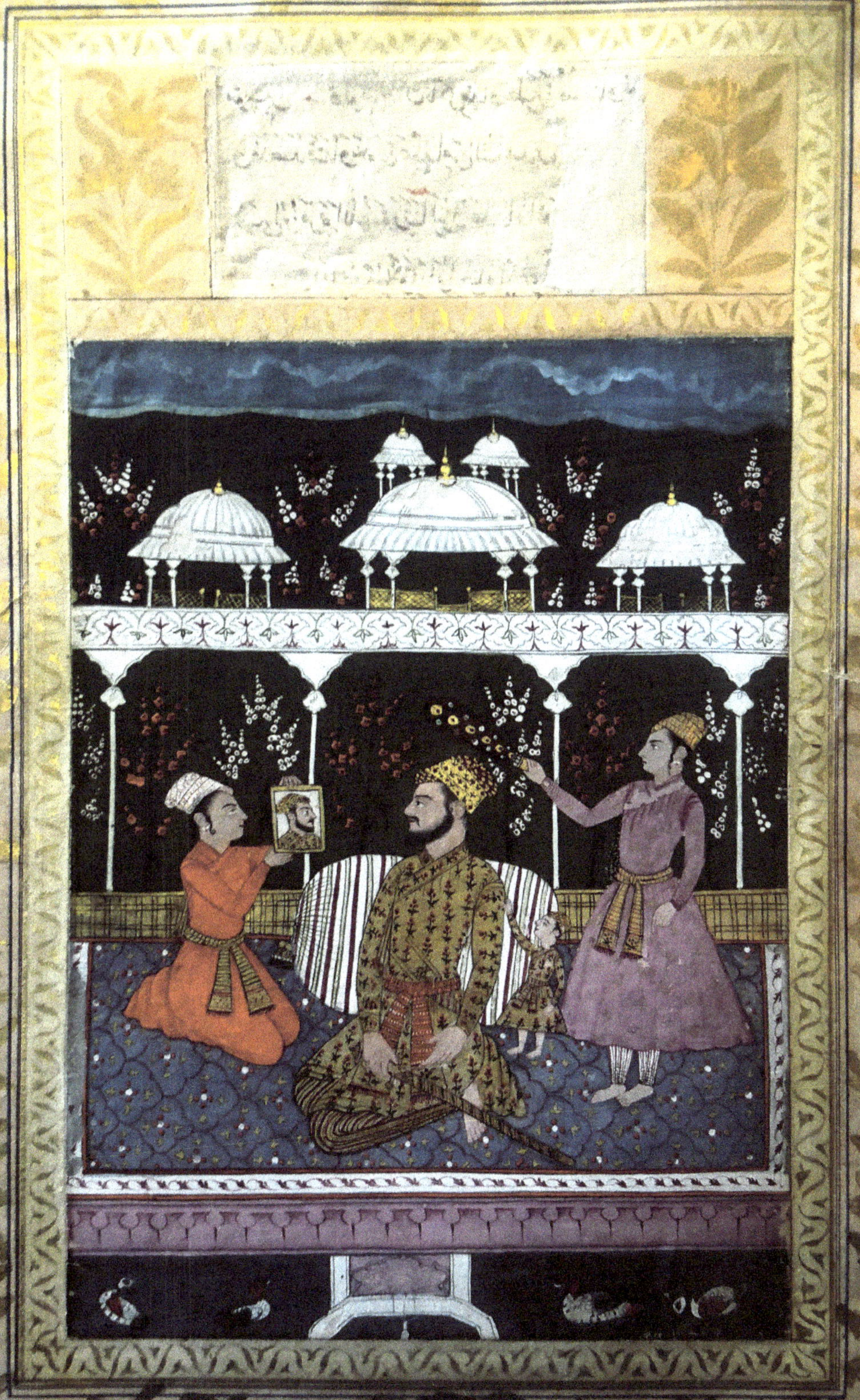

# अठराव्या शतकातील विद्रूप नकलांचे नमुने

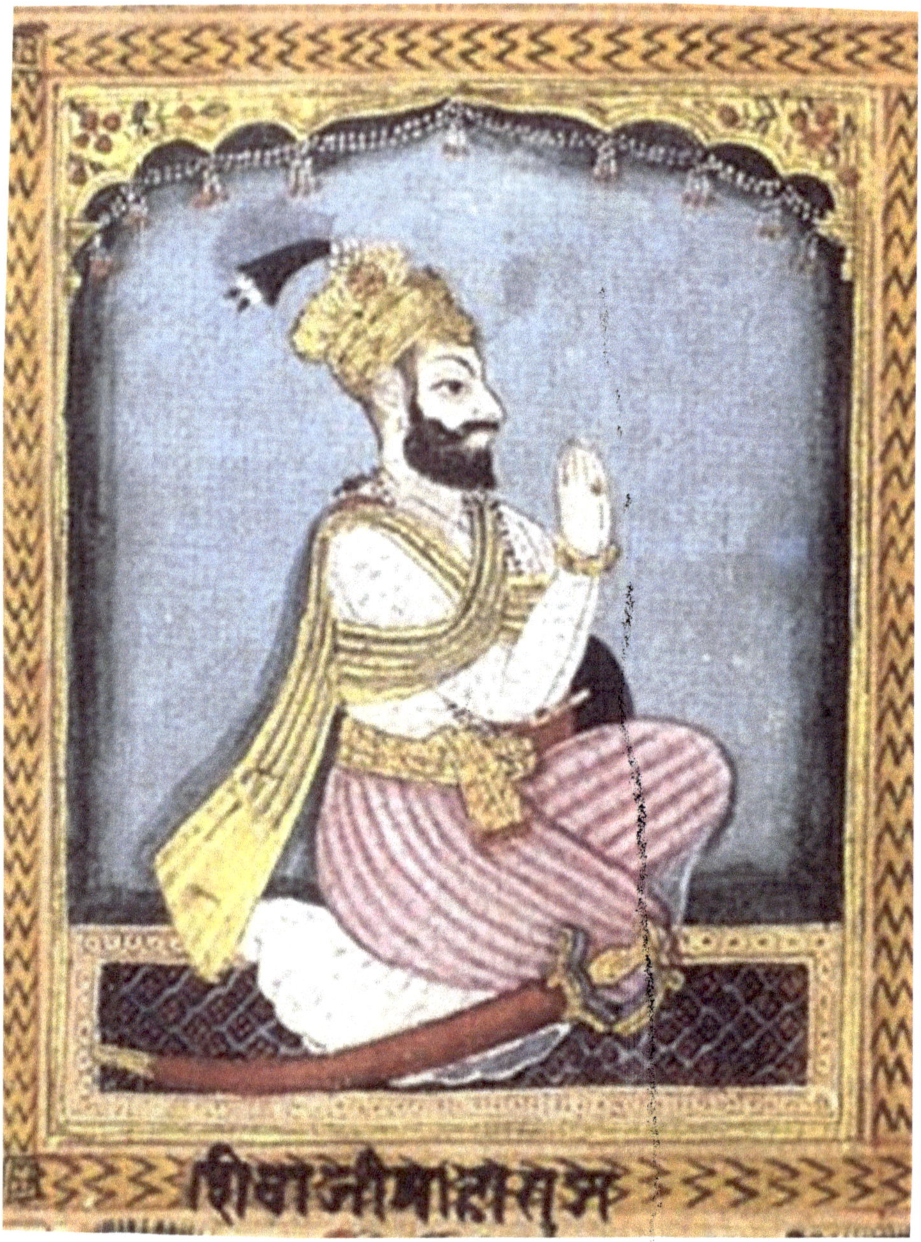

बंगलोर येथील वस्तुसंग्रहालयातील इतिहासकार के. एल. कामत यांच्या संग्रहात असलेले लघुचित्र ▶

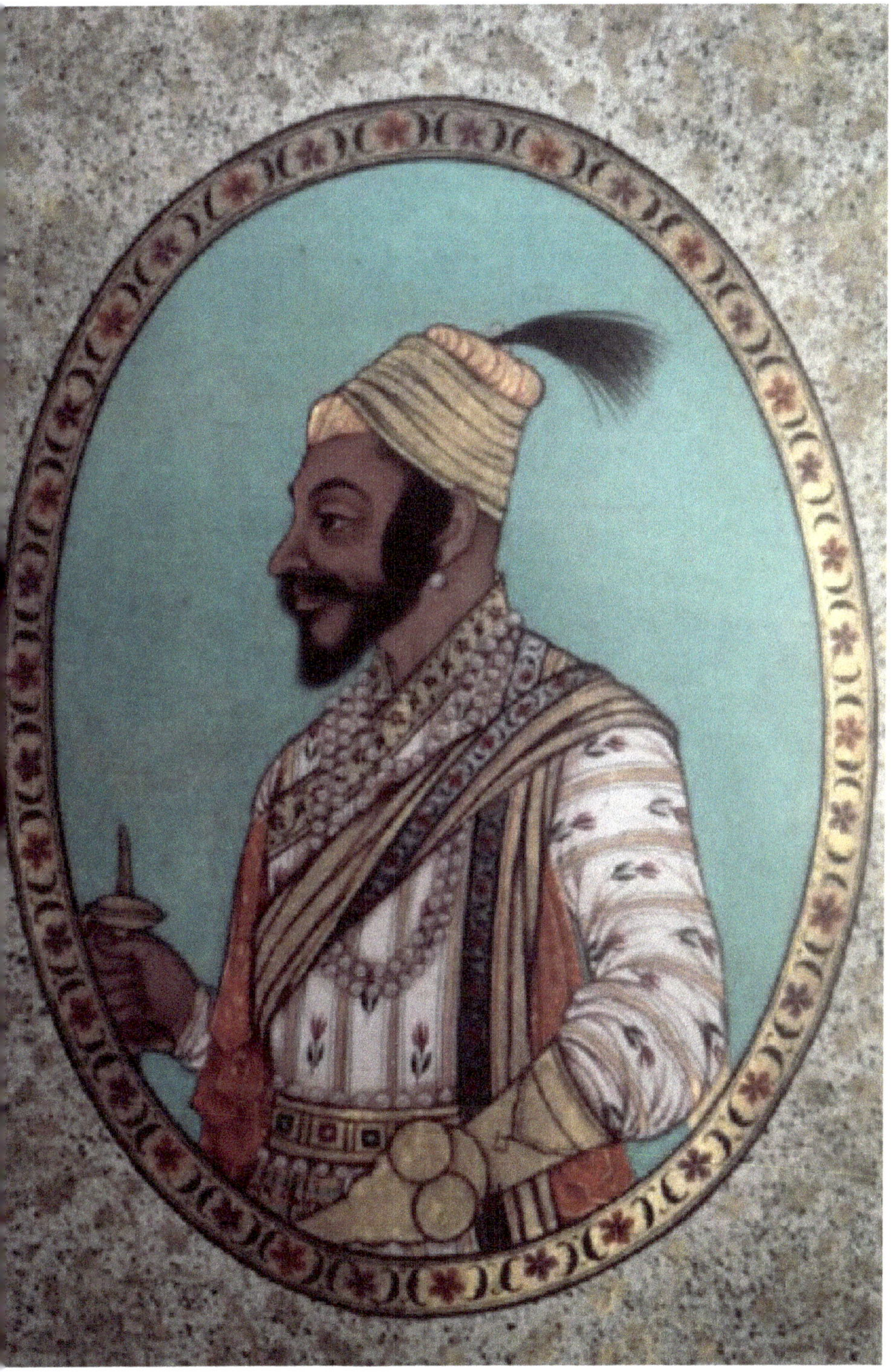

◀
जर्मन
वस्तुसंग्रहालयातील
खराब बनावटीची,
नक्कल असलेले
लघुचित्र

शिवाजी महाराजांचे
व्यक्तिचित्र,
लंबगोल आकार :
१६५X११५ मिमी,
अपारदर्शक
सोनेरी रंग,
Staatsbibliothek,
Berlin

फ्रान्स, जर्मन व रशियन वस्तुसंग्रहालयातील खराब बनावटी नक्कल  असलेली लघुचित्रे

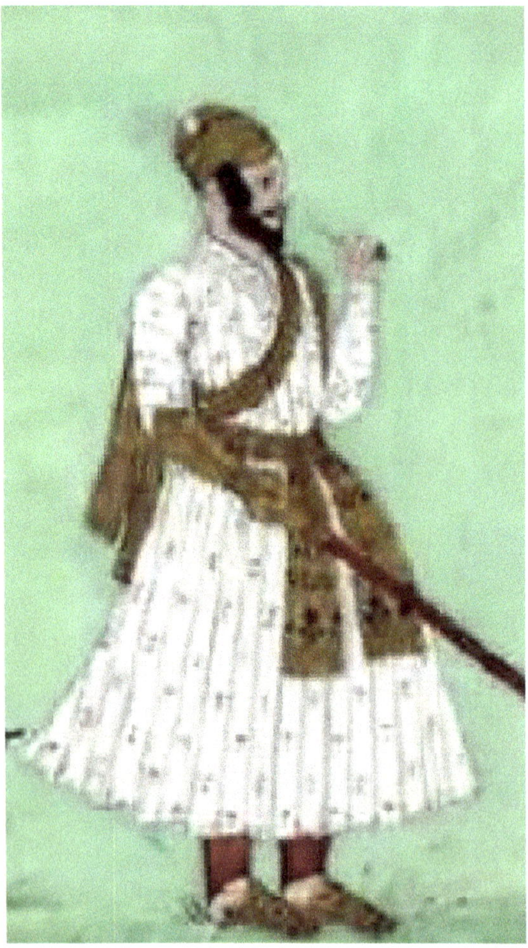

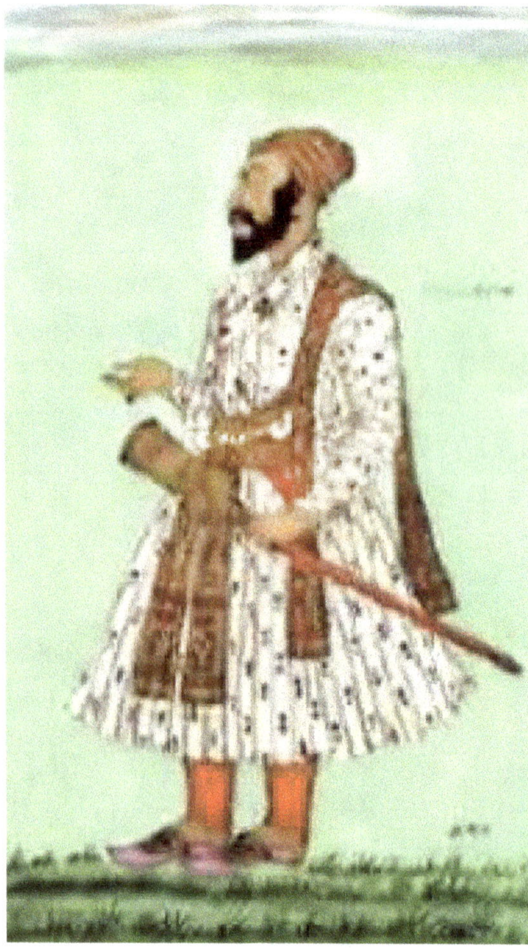

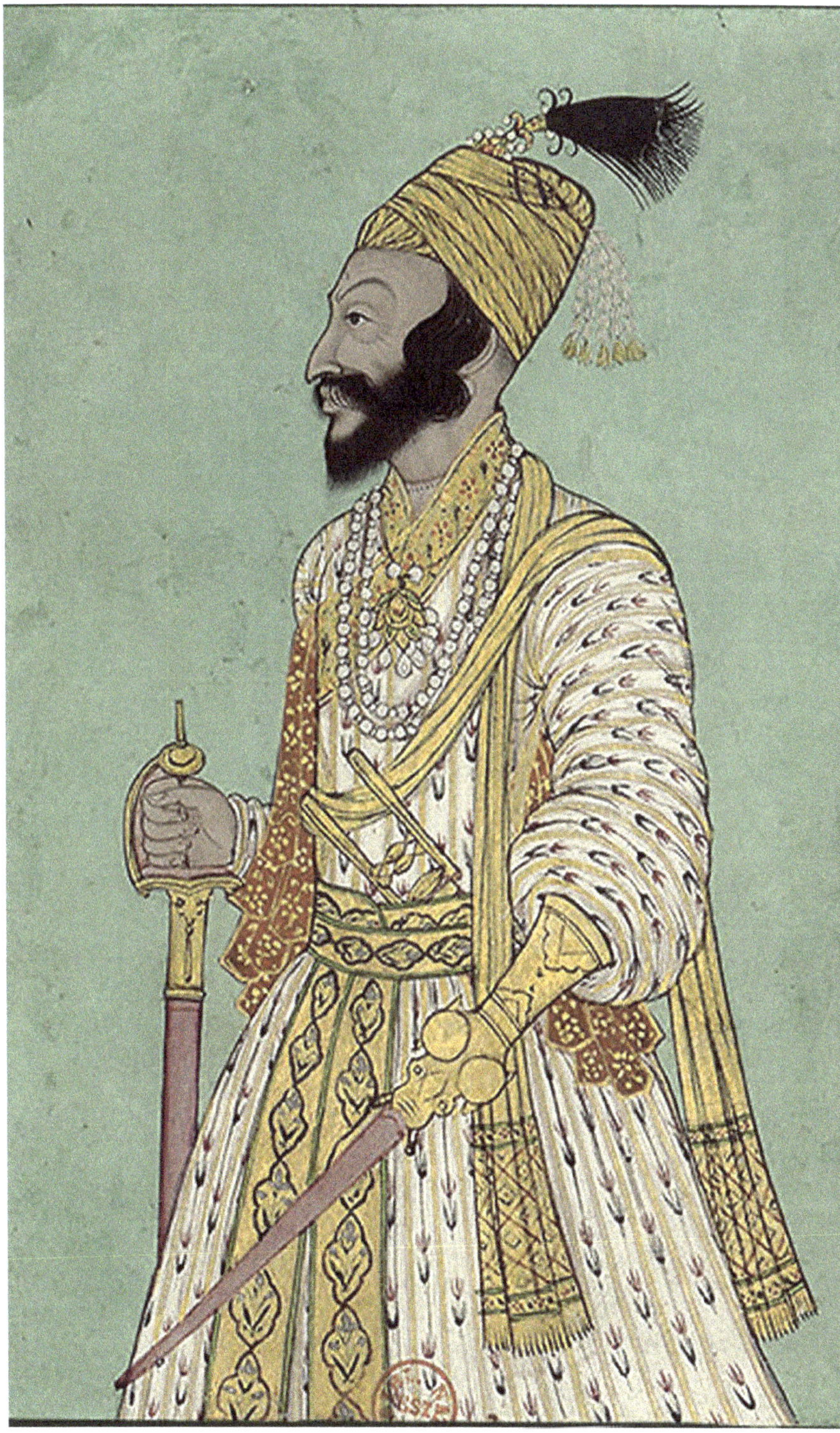

▶
'फ्रेंच नॅशनल लायब्ररी'मधील लघुचित्र, खराब बनावटी नक्कल

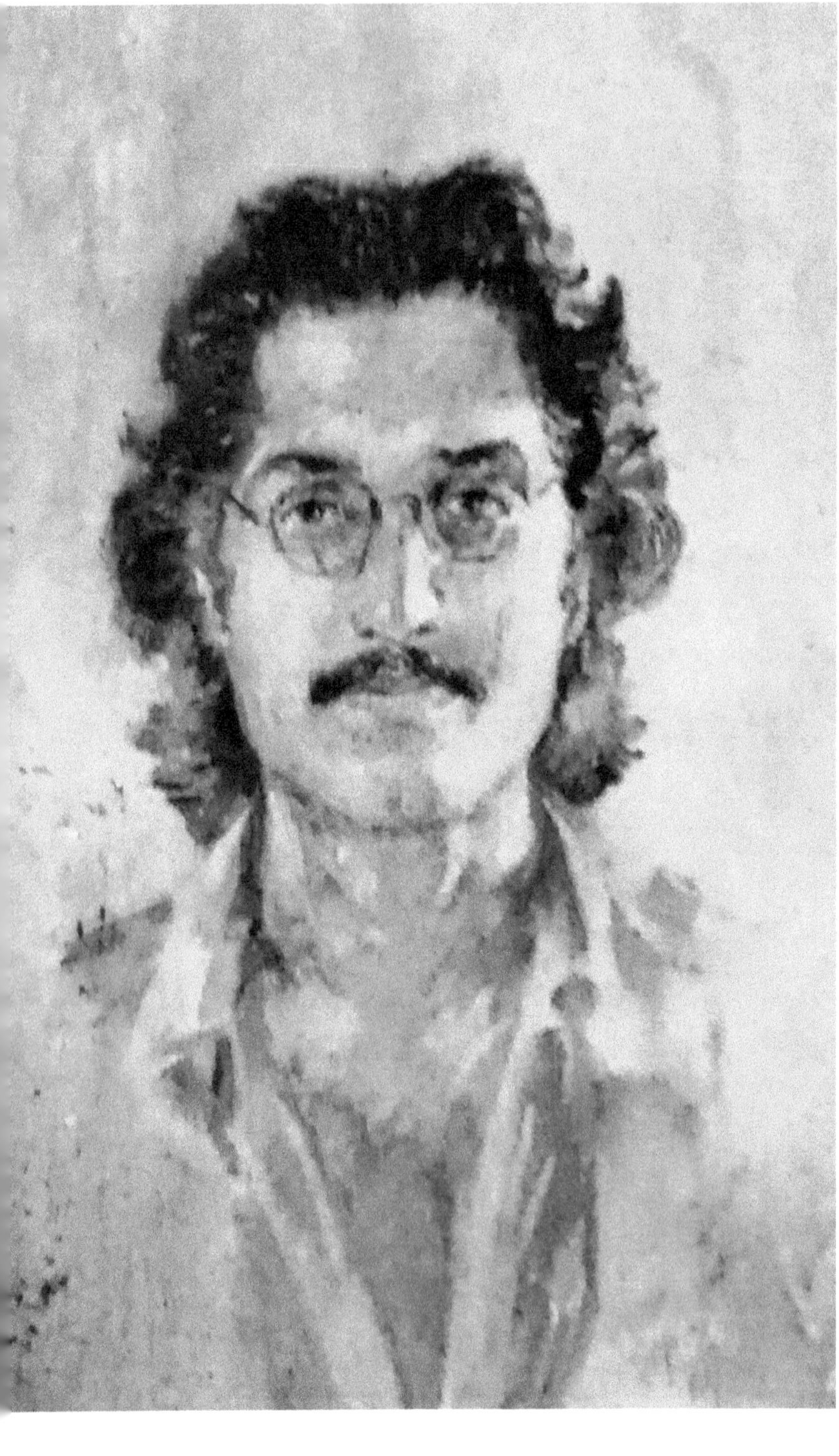

सेल्फ पोर्ट्रेट
**भास्कर हांडे**
(१९८४)
**माध्यम:** कॅनव्हास बोर्डवरील तैलचित्र
**आकार:** २४०×३०० मि.मी.

# लेखक-संशोधक परिचय

**नाव** : भास्कर एकनाथ हांडे
**जन्मतारीख** : ०१-०६-१९५६
**जन्म ठिकाण** : उंब्रज, जुन्नर, पुणे.
**शिक्षण** : डिप्लोमा उपयोजित कला आर्ट्स. सर जे. जे. इन्स्टिट्यूट ऑफ अप्लाइड आर्ट मुंबई, भारत १९८१
डिप्लोमा 'स्मारक आकार रचना, आणि चित्रकला' रॉयल अकादमी ऑफ आर्ट्स, द हेग, नेदरलँड्स १८८४

**अनुभव**

मुंबईतील 'अॅडप्लान' जाहिरात एजन्सीमध्ये कॉपीरायटर आणि व्हिज्युअलायझर, १९८१; 'आर्ट फाउंडेशन आर्टिमेडियर द हेग'चे ३० वर्षे सर्जनशील सल्लागार, १९८६-२००६; डच टीव्ही प्रॉडक्शनसाठी स्वतंत्र फ्री लान्स अनुवादक आणि दुभाषी, मराठी आणि इंग्लिशमध्ये कला कॅटलॉगचे लेखक; मराठी, इंग्लिश आणि डच भाषेत प्रकाशित झालेल्या पुस्तकांचे लेखक; आंतरराष्ट्रीय चर्चासत्रांमध्ये सहभाग; नेदरलँड्स, फ्रान्स, सर्बिया आणि भारत येथे आंतरराष्ट्रीय त्रैवार्षिक स्पर्धेतील सहभागी कलाकार

**पुरस्कार**

- १९७६पासून भारत आणि युरोप खंडात १३० संयुक्तिक प्रदर्शनांमध्ये तसेच द्विवार्षिक व त्रैवार्षिक अंतरराष्ट्रीय प्रदर्शनात सहभाग.
- १९७९ व १९८१मध्ये विद्यार्थी विभागात अनुक्रमे चौथा व दुसरा 'महाराष्ट्र राज्य पुरस्कार'
- 'रंगरूप अभंगाचे', पुस्तकाला २०१९चा 'अखिल भारतीय मराठी प्रकाशक संघ', पुणे यांच्याकडून प्रथम पुरस्कार

**पुस्तके**

१. Encounter / Ontmoeting फोरम/जीटीपी अॅमस्टरडॅम, इंग्लिश / नेदरलँड्स कॅटलॉग आणि कविता, कवी एड्रियन मॉरियन, १९८९
२. 'दशक', बापू नाशिक, मराठी कविता, १९९०
३. 'तुझे रूप माझे देणे', वैश्विक पुणे, मराठी / इंग्लिश आर्टबुक / कॅटलॉग मजकूर दिलिप चित्रे / डॉ. सदानंद मोरे, १९९५
४. 'बुडाला गांव, गांव बुडाला', बापू नाशिक, मराठी कविता, १९९५
५. Merging colours Waaree fine arts इंग्लिश, कॅटलॉग, 'आर्टिमेडियर द हेग', १९९६

६. Your Form is My Creation, 'सेंच्युरी युनियन, द हेग', हिंदी / इंग्लिश आर्टबुक / कॅटलॉग, १९९६
७. HOLLAND-INDIA मराठी / नेडरलँड्स आर्टबुक / कॅटलॉग, १९९७
Bhaskar Hande Publisher : Century Union The Hague, इंग्लिश / नेडरलँड्स, भाग-१
८. BHASKAR १९९९ / २००० गॅलरी, Blackheath लंडन, यूके, इंग्लिश आर्टबुक / कॅटलॉग, १९९९
९. Holland India, वैश्विक, पुणे, मराठी / नेडरलँड्स आर्टबुक / कॅटलॉग, Give and Take In Art, कलेचे आदान-प्रदान, २००१
१०. 'तिरस्त मनेरा,' वैश्विक पुणे, मराठी कविता, २००१.
११. International Haagse Kunstkring Artist, Stg. IHK The Hague NL Stg. International, 2001
१२. अंबर इंटरनॅशनल, ॲमस्टरडॅम इंटरनॅशनल, डच आणि पंजाबी साहित्य, २००४
१३. अंबर इंटरनॅशनल, ॲमस्टरडॅम इंटरनॅशनल, डच आणि पंजाबी साहित्य, २००५
१४. Color Saga प्रदर्शन, कॅटलॉग, Fabs Warsaw Poland, 2006
१५. Show Your Hope, वैश्विक / 'आर्टिमेडियर द हेग', हॉलंड, २००८
१६. 'पालखी सोहळ्याचे रेखाचित्र', २००८, वैश्विक पुणे, भारत, २००८
१७. ३२५ वर्षे 'देहू-आळंदी ते पंढरपूर' आषाढी पालखी सोहळा, २००९
१८. A Black Substance, 'आर्टिमेडियर द हेग', हॉलंड, २००९
१९. 'काळं तत्त्व', मराठी, प्रकाशक, अक्षर मानव, पुणे, २०११
२०. Liberal Pursuits, कला आणि तत्त्वज्ञान, इंग्लिश आणि डच, २०१३
२१. Intuitive Knowledge, इंग्लिश आणि डचमध्ये Foundation Public Art Amsterdam, २०१४
२२. वैश्विक आर्ट एन्व्हायर्नमेंट, मराठी 'कलाकरण', २०१५
२३. वैश्विक कला पर्यावरण, पुणे, Knowledge of Third Kind, शिल्पे आणि वस्तू, २०१६
२४. 'रंगरूप अभंगाचे', मराठी, विश्वकर्मा पब्लिकेशन्स, पुणे, २०१८
२५. Vari A pilgrimage, English, विश्वकर्मा पब्लिकेशन्स, पुणे, २०१९
२६. 'वि'चा केला ठोबा', मराठी, विश्वकर्मा पब्लिकेशन्स, पुणे, २०२१
२७. संकरणातील गिरकी, मराठी कवितासंग्रह, प्रकाशन शब्दांवय, मुंबई, २०२३

## वेबसाईट

http://bhaskarhande.wix.com/bhaskarhande
http://youtube.com/bhaskarhande
https://sites.google.com/view/bhaskarhande
https://issuu.com/bhaskarhande
https://www.scribd.com/user/26879581/Bhaskar-Hande

# परिशिष्ट : संशोधनाचा प्रवास

१. 'ब्रिटिश लायब्ररी' ही संस्था १९७३मध्ये स्थापन झाल्याची नोंद आहे. त्यात विलीन झालेल्या इतर संस्थांची कार्य व नावे आलेली आहेत.

२. इतिहासाच्या पाऊलखुणा शोधण्याच्या दृष्टीने होत महाराष्ट्रात प्रवास करत असताना, तेथील वास्तू, ठिकाणे, भौगोलिक वैशिष्ट्ये, नैसर्गिक सौंदर्य, वास्तुशास्त्राचे नमुने, धार्मिक, सामाजिक व सांस्कृतिक व्यवस्थेनुसार कालबाधित न राहता सदोदित प्रेरणा देणाऱ्या राहिल्या आहेत.

उदाहरणार्थ, पन्हाळा किल्ला व ज्योतिबा देवस्थान! ती अभिजात कलेच्या अंगाने पाहिली जातात. प्रवासकाळात स्थानिक लोकांच्या वैचारिक देवाण-घेवाणीत जसे जागतिक विषय चर्चिले गेले, तसेच स्थानिक विषयांचीही चर्चा झाली. त्यातून शिवाजी महाराजांच्या व्यक्तिचित्राचा विषय पुढे आला.

३. दंतकथेचा मागोवा घेता घेता पुरावा व प्रतिमांचा शोध सुरू झाला. त्यासाठीची माहिती एकत्र करण्याची प्रक्रिया सुरू झाली. ग्रंथालये, वस्तुसंग्रहालये यांना भेटी देण्यास सुरुवात केलेला काळ व त्यांची टिपणे करून ठेवली.

४. विदेशी भाषेतील वर्णनाचे मराठीत भाषांतर करणे क्रमप्राप्त होते. युरोप खंडातील भाषा सामान्यांना काय; अभ्यासकांनाही पूर्णत: माहीत असणे तसे कठीण आहे. आज गुगल भाषांतराने ते सुलभ झाले. त्या भाषेत, काय आणि कोणता विषय आहे, हे समजणे पूर्वी अवघड होते.

१९३३मध्ये वा. सी. बेंद्रे यांच्या काळात ते शक्य झाले नाही. माहिती तंत्रज्ञानाचा उदय अशा संशोधनासाठी महत्त्वाचा टप्पा ठरला आहे.

'भाषा' ही कालानुरूप बदलत गेली. उदाहरणार्थ, ज्ञानेश्वरी लिहिण्याचा काळ व तुकारामाची गाथा लिहिण्याचा काळ आणि आजच्या प्रमाणित मराठीचा काळ वेगळा आहे.

५. व्यक्तिचित्र प्रतिमांचा शोध घेताना; शिवाजी महाराज आणि त्यांच्या समकालीन असणाऱ्या व्यक्ती संदर्भाचाही अभ्यास व उदाहरणे समोर आली. शाह शुजा हा शिवाजी महाराज यांचा समकालीन व मराठा साम्राज्याशी हितसंबंध जपणारा

राजपुत्र असे वर्णन विदेशी संग्राहकांच्या एतिहासिक नोंदींमध्ये सापडते. परंतु भारतीय इतिहासात त्याचा उल्लेख झाला असता, तर मराठी इतिहासात त्याचे प्रतिबिंब दिसले असते. हा मुद्दा दुर्लक्षित करून चालत नाही.

६. विजापूर दरबारातील लघुचित्रांबाबतचे वर्णन करताना उजेडात आलेल्या बाबी अत्यल्प आहेत. या चित्रांच्या बाबतीत भारतीय व मराठी इतिहासकार, कलासमीक्षक यांनी फार चमत्कारिक भूमिका घेतल्या आहेत. त्यामुळे शिवाजी महाराज यांचा योग्य व प्रमाणबद्ध चेहरा, पेहराव आणि शारीरिक ठेवण यांची ओळख करण्यास निष्फळ ठरतात. या नाकर्तेपणामुळे चित्र-शिल्पकलेत नकलांच्या नक्कला करण्याची प्रथा पडली आहे. त्यामुळे विद्रुप चेहऱ्याची भर शिवाजी महाराजांच्या चित्र व शिल्पात पडली आहे.

राजकीय पुढारी, राजघराण्यातील कर्ते, इतिहाकार, यांच्या आवडी-निवडीनुसार विजापूर दरबारातील चित्रांचे अवमूल्यन झाले. याच कारणाने विदेशी संग्रहालयातील लघुव्यक्तिचित्रांचा प्रसार व प्रचार विजापूर दरबारातील चित्राच्या तुलनेत महाराष्ट्रात अधिक झाला. त्यामध्येही स्थानिक इतिहासकार, शिवचरित्रकार यांच्याकडून चुकीचा प्रचारच अधिक झाला. हे इतिहासाला मारक ठरले. शिवाजी महाराज यांच्या व्यक्तिचित्र व चरित्राबाबत पहिले वर्णन १७२७मध्ये हॉलंडला मुद्राचित्रासोबत प्रसिद्ध झाले होते.

७. १७००च्या पूर्वी तयार केलेल्या लघुव्यक्तिचित्रांची मांडणी करताना शोधांती माहीत झालेली चार मुख्य लघुचित्रे आहेत. त्या व्यतिरिक्त सामूहिक चित्रांचीही भर पडली आहे. मात्र ती १७००नंतरच्या वर्षांतील आहेत.

८. महाराष्ट्रात शिवाजी महाराज यांच्या व्यक्तिचित्राबाबत पहिले ऐतिहासिक संशोधन वासुदेव सीताराम बेंद्रे (वा.सी. बेंद्रे) यांनी केलेले आढळते. संभाजी महाराज यांच्या चरित्राचा अभ्यास करताना त्यांना शिवाजी महाराज यांच्या १७२७च्या फ्रान्सिस्कस (वॉन) व्हॅलेन्टाईन याच्या ग्रंथात उल्लेख केलेल्या उताऱ्याचा शोध लागला. त्या मुद्राचित्रावरून सादर केलेली प्रतिमा १९३३मध्ये प्रसिद्ध झाली.

९. भारतीय संग्रहालयातील इतर चित्रप्रतिमांचे संशोधन हे सालारजंग संग्रहालयातील चित्रांची माहिती आहे.

१०. डच संग्रहकांच्या चित्रांचा शोध घेत असताना विट्सन अल्बमची माहिती मिळाली. तो अल्बम प्रत्यक्ष पाहण्यासाठी ॲमस्टरडॅममधील 'रॉयल वस्तुसंग्रहालया'ला

भेट दिल्यावर इतर माहिती उपलब्ध झाली.

११. निकोलस विट्सन या संग्रहकाबाबतची माहिती, त्याचे जीवनकार्य व समकालीन संग्रहाची माहिती या अभ्यासादरम्यान समोर आली. ती माहिती फक्त चित्रसंग्रहापुरतीच मर्यादित नव्हती, तर इतर अनेक विषयांची माहिती यानिमिताने दृष्टिपथात आली.

१२. स्कॉटिश-ब्रिटिश संग्राहक कॉलिन मॅकेन्झीची माहिती, ब्रिटिशांनी 'ब्रिटिश लायब्ररी'मध्ये संकलित केली आहे. मद्रास इंजिनिअर्समध्ये मुख्य सर्वेक्षक असलेला मॅकेन्झी दक्षिणेतील राजे, सुलतान, नबाब, शाह आणि इतर युरोपिअन व्यापारी यांच्याशी संपर्क ठेवून होता. त्याने उत्तम दस्तऐवज चित्र व वस्तुसंग्रह संकलित केले. त्यालाच 'मॅकेन्झी संग्रह' (Mackenzie Collections) म्हणतात.

१३. डच व ब्रिटिश लायब्ररीतील मूळ दस्तऐवज, करारनामे यांच्याबाबतचा महत्त्वाचा दुवा एड्रियन कॅन्टर फिशर हा आहे. याचा कार्यकाळ कर्नाटकातील कोरोमंडल भागातील 'डच ईस्ट कंपनी'त अधिकारी पदावर असतानाचा आहे. कॉलिन मॅकेन्झीचा तो विश्वासू डच सहकारी होता. त्यामुळेच मॅकेन्झीच्या संग्रहात डच भाषांतरे इंग्लिशमध्ये झालेली आढळतात.

१४. निकोलस विट्सनच्या अल्बममधील व्यक्तिचित्रांची वैशिष्ट्ये व वर्णन यामध्ये आहे.

१५. वैविध्यपूर्ण व्यक्तिचित्रे एकत्रित ठेवण्याची पद्धत कशी होती, त्याचे उदाहरण तसेच लिफाफा कसा बनवला जात असे, त्याचा उत्तम नमुना म्हणजे 'विट्सन अल्बम' आहे.

१६. सतराव्या शतकातील भारतातील मुख्य राज्यकर्ते, राजे, राजपुत्र, वजीर, सेनापती यांची व्यक्तिचित्रे.

१७. संशोधन करताना व इतर मुद्दे अभ्यासताना सतराव्या शतकातील घटनांचा कालानुक्रम पाहताना अनेकबाबी भारत आणि नेदेरलँड्स या दोन देशांमध्ये समान असल्याचे वर्णन आहे.

उदाहरणार्थ, संत तुकाराम महाराज व स्पिनोझा यांचा जीवनकाळ, तुकाराम व रेम्ब्रांत यांच्या जीवनातील काही प्रसंगांतील साम्य. डच लोकांचा कर्नाटकमधील कोरोमंडल येथील व्यापारउदीम, व्यापारी करारनामे, दस्तऐवज, वस्तुसंग्रहाची माहिती याबाबींवर प्रकाश टाकला आहे.

१८. युरोपिअन संग्राहकांच्या संग्रहातील वैविध्यपूर्ण चित्रात संभाजी महाराज यांच्या

व्यक्तिचित्राचा समावेश आहे. त्या चित्राबाबत मराठी इतिहासकारांचे एकमत नाही. त्याबाबत जाणकार अनभिज्ञ आहेत किंवा अनावधानाने अज्ञान पसरवले जात आहे.

१९. विद्रुप चित्रांचा वा कमी प्रतीच्या प्रतिमांचा परिचय करून देणे. एकत्रित त्याचा संग्रह असणे महत्त्वाचे आहे. भविष्यातील अभ्यासकांसाठी अशी मांडणी उपयोगी पडणारी आहे.

२०. संशोधक, अभ्यासक हा कोणकोणत्या विषयाशी निगडित असतो, त्याची माहिती यात दिली आहे. विषयाची व्याप्ती एखाद्या संशोधनाला कशी परस्परपूरक ठरते, त्याचे उत्तम उदाहरण आहे.

## संदर्भ ठिकाणे :

'ब्रिटिश लायब्ररी,' लंडन, (इंग्लंड), युनायटेड किंगडम
'रॉयल वस्तुसंग्रहालय,' ॲमस्टरडॅम, नेदरलँड्स
Studyzaal Rijks Museum Amsterdam, नेदरलँड्स
Koninklijke bibliotheek the Hague, नेदरलँड्स
'छत्रपती शिवाजी महाराज वस्तुसंग्रहालय,' मुंबई, भारत
'भारत इतिहास संशोधक मंडळ', पुणे, भारत
'सालारजंग वस्तुसंग्रहालय', हैदराबाद, भारत

## ऋणनिर्देश :

ब्रिटिश लायब्ररी,' लंडन, (इंग्लंड), युनायटेड किंगडम
'रॉयल वस्तुसंग्रहालय,' ॲमस्टरडॅम, नेदरलँड्स
Koninklijke bibliotheek the Hague, नेदरलँड्स
'छत्रपती शिवाजी महाराज वस्तुसंग्रहालय,' मुंबई, भारत
'सालारजंग वस्तुसंग्रहालय', हैदराबाद, भारत

# इतिहास आणि संस्कृतीविषयक सकाळ प्रकाशनाची पुस्तके

**डॉ. सदानंद मोरे लिखित**

- तुकाराम दर्शन
- महाराष्ट्राची लोकयात्रा
- लोकमान्य टिळक चरित्र
- महात्मा फुले यांचे वैचारिक चरित्र
- थोरांचे अज्ञात पैलू
- समाजसुधारक
- विद्रोहाचे व्याकरण : महात्मा जोतीबा फुले यांचे संपादित साहित्य
- गर्जा महाराष्ट्र

**प्रकाश पवार लिखित**

- सकलजनवादी छत्रपती शिवराय
- राजमाता जिजाऊ

**इतर लेखकांची पुस्तके**

- हिरकमहोत्सवी सांगली : सहा दशकांचा इतिहास - संपादन : शेखर जोशी
- लोपलेल्या सुवर्णमुद्रा : भाग १,२,३ - डॉ. द. ता. भोसले
- दुर्गभ्रमंती - संपादन : निखिल विद्याधर पंडितराव
- इंद्रायणी ते चंद्रभागा - आनंदवारी
- अजिंक्य योद्धा थोरले बाजीराव - जयराज साळगावकर
- छत्रपती संभाजी : जीवन आणि बलिदान - मेधा देशमुख-भास्करन
- महाराष्ट्राची कला आणि संस्कृती - प्रा. भूषण देशमुख,निखिल दाते
- भारतीय कला आणि संस्कृती - प्रा. भूषण देशमुख,निखिल दाते
- भारतीय संस्कृती - साने गुरुजी

www.ingramcontent.com/pod-product-compliance
Lightning Source LLC
Chambersburg PA
CBHW061357240926
51846CB00007B/1440